*'मी बराच काळ 'सांस्कृतिक विकास व बदलाचे व्यवस्थापन' याबाबत मार्गदर्शन करणारा व्यावसायिक म्हणून काम करतो आहे व हे पुस्तक सर्वांनी वाचावे अशी मी शिफारस करतो. तुम्हाला खिळवून ठेवेल आणि तुमच्या हृदयाला हात घालेल अशी कथा वाचण्यास तयार राहा.'*

**– जोसेफ पॅट्राचॅक,**
मनुष्य संसाधन अधिकारी, क्लेवलँड क्लिनिक

*'आमच्या संचालक मंडळींनी तसेच आमच्या कर्मचाऱ्यांनी असाधारण ध्येयातल्या ताकदीचा अनुभव घेतला आहे. अशा ध्येयामुळे आम्हाला सकारात्मक ऊर्जा, स्फूर्ती मिळाली आणि आमचे एकीकरण झाले.'*

**– टेस रेनॉल्ड्स,**
मुख्य कार्यकारी अधिकारी (सीईओ), न्यू डोअर व्हेंचर्स

*' 'असाधारण ध्येय' एखाद्या संस्थेच्या एकीसाठी सामाईक मूल्यांवर व दूरदृष्टीवर आधारित बनलेली मजबूत चौकट म्हणून काम करते, त्याचबरोबर कृतियोजना अमलात आणण्यासाठी व्यवहार्य साधनेही पुरवते.'*

**– विल्यम स्टर्लिंग,**
संस्थापक व व्यवस्थापकीय संचालक
'ट्रिलॉजी ग्लोबल ॲडव्हाइझर, एल.पी.'

*'माझ्या बाबतीत म्हणाल तर, असाधारण ध्येयाने वैयक्तिक व व्यावसायिक पातळीवर माझ्यामध्ये खूप फरक घडवून आणला. ज्या कोणालाही असा फरक घडवून आणायचा आहे, त्याने हे पुस्तक जरूर वाचावे असे मी सुचवेन.'*

**– डॅनिएल एम. ब्रॅडबरी,**
अध्यक्ष व मुख्य कार्यकारी अधिकारी (सीईओ)
अमायलिन फार्मास्युटिकल्स, आयएनसी

*'आपण सर्वजण एका विशिष्ट उद्देशपूर्तीसाठी निर्माण झालो आहोत. आपल्या सर्व कर्मचाऱ्यांची या उदात्त उद्देशासाठी कशी हातमिळवणी करावी हे या पुस्तकाद्वारे समजून येते. हे पुस्तक तुम्हाला आर्थिकदृष्ट्या यशस्वी होण्यास व एका विशिष्ट उद्देशावर आधारित कामगिरी करण्यास मदत करेल'.*

**– व्हिन्सेंट सिसिलिआनो,**
मुख्य कार्यकारी अधिकारी (सीईओ), न्यू रिसोर्स बँक

*'मी असाधारण ध्येयाच्या तत्त्वांवर उत्कटतेने प्रेम करतो आणि त्यावर तितकाच विश्वासही ठेवतो. आता त्या तत्त्वांचा वापर आम्ही आमच्या संस्थेच्या कामांसाठी करणे सुरू केले आहे.'*

**– जेनेट ए. तोबिआन,** एम.डी., पीएच.डी.
सीनिअर मेडिकल डायरेक्टर व ग्लोबल ब्रॅन्ड डेव्हलपमेंट लिडर, एली लिली आणि कंपनी

*'माझे मित्र केन आणि हीथर यांनी हे एक उल्लेखनीय पुस्तक निर्माण केले आहे. या पुस्तकाच्या मदतीने सेवा देणाऱ्या नेतृत्वाची संकल्पना वास्तवात वापरता येईल.'*

**– डॉ. केंट एम. कीथ,**
मुख्य कार्यकारी अधिकारी, ग्रीनलीफ सेंटर फॉर सर्व्हंट लीडरशिप

*'केवळ चरितार्थ चालवण्यासाठी पैसे मिळवण्याच्या उद्देशाने नव्हे, तर लोकांच्या आरोग्याची काळजी घेण्याच्या उदात्त हेतूने बरेचसे लोक 'आरोग्य सेवा' क्षेत्रांतली नोकरी स्वीकारतात. म्हणूनच आव्हानात्मक व नवीन शैलीत लिहिलेले 'द ग्रेटर गोल' हे पुस्तक 'आरोग्य सेवा क्षेत्रा'तल्या संस्थांना विशेष रीतीने लागू होईल.'*

**– डॉ. रिचर्ड बार्कर,** द फ्यूचर ऑफ मेडिसिन २०३० चे लेखक

*' 'सेवा देणे' याशिवाय इतर कोणतेही दुसरे उदात्त ध्येय असूच शकत नाही. केन आणि हीथरने लिहिलेले हे सर्वांत नवीन पुस्तक सर्वांच्या उपयोगाचे आहे. प्रत्येक एरोस्पेस कंपनी हे पुस्तक वापरेल असे मला वाटते.'*

**– डॉ. किज रिट्सेमा**

(निवृत्त कर्नल, अमेरिका हवाई दल) अध्यक्ष, व्यवसाय प्रशासन विभाग,
एंब्री-रिडल एरॉनॉटिकल युनिव्हर्सिटी, वर्ल्डवाइड.

*'केन आणि हीथर यांनी जीवनाविषयीच्या उद्देशाशी कसे जोडले जावे व असाधारण ध्येय कसे साध्य करावे, याबाबत मार्ग दाखवला आहे. या लेखकांच्या लिखाणामुळे आजच्या नेत्यांना आणि संस्थांना 'आपण आतून तुटल्यासारखे वाटत असल्यास' त्यांच्या जखमा भरून येण्यास मदत होईल.'*

**– फादर बिल ब्राउन,** संचालक, सेंट जोसेफ रिट्रीट हाउस.

*'माझे व्यावसायिक आयुष्य संस्थांच्या असाधारण किंवा विशाल, व्यापक ध्येयाबद्दल इतरांना ऐकवण्याची सक्ती करण्यातच गुंतले होते. 'द ग्रेटर गोल' हे पुस्तक तुम्हाला अशा ध्येयाबद्दल ऐकण्यात व इतरही काही मदत करते.'*

**– अँड्रिआ व्ही. कॉटर,** ज्येष्ठ उपाध्यक्ष, प्रमुख संज्ञापन अधिकारी.

*' 'द ग्रेटर गोल' या पुस्तकामुळे नेतृत्त्व करणाऱ्यांना प्रत्येक पातळीवर अर्थपूर्ण ध्येयबांधणी करण्याबाबत व ती साध्य करण्याबाबत प्रत्यक्ष सल्ला मिळणे शक्य आहे.'*

**– डग्लस डी. हॉथॉर्न,** मुख्य कार्यकारी अधिकारी,
टेक्सास हेल्थ रिसोर्सेस

*'मोठ्या व विविध कार्ये करणाऱ्या रुग्णालयांसाठी कृतियोजनेवर आधारित हातमिळवणी करणे अत्यंत महत्त्वाचे ठरते. साधारण ध्येयापेक्षा व्यापक व विशाल अशा असाधारण ध्येयाबाबतच्या पाच आचरण पद्धतींमुळे आम्हाला ते करणे शक्य होत आहे.'*

– **पॉल एन. पॅटॉन,** उपाध्यक्ष, मानवी संसाधन,
येल, न्यू हेवन हॉस्पिटल

*'ग्रेटर गोलमध्ये केन आणि हीथर जे काही सांगत आहेत ते मला आवडले आहे. मी या पुस्तकाच्या किमान दोन डझन प्रती विकत घेऊन त्या माझ्या मित्रांना व ग्राहकांना देऊ इच्छितो.'*

– **हँक हिग्डन,**
फाउंडिंग पार्टनर, हिग्डन ब्रॅडॉक मॅथ्यूस, एलएलसी

*'असाधारण ध्येयाबाबतची अंमलबजावणी करताना, त्या बाबतच्या सर्वांच्या प्रत्यक्ष कृतींचे एकीकरण करणे हे वाटते तितके सोपे काम नाही. मात्र हे घडवून आणण्याची योजना या पुस्तकात दिली आहे.'*

– **निवृत्त ले. ज. रॉबर्ट ई. केली,** यूएस एअर फोर्स

*'माझे काम अर्थपूर्ण कसे होऊ शकते? माझे मित्र केन आणि हीथर यांनी या प्रश्नाच्या उत्तरासाठी या पुस्तकातल्या असाधारण ध्येय साध्य करण्याबाबतच्या साहसी व रोमांचक मोहिमेवर तुम्हाला नेले आहे. मनाला खिळवून ठेवणारे हे पुस्तक सगळ्यांनी जरूर वाचावे असे मी म्हणेन.'*

— **गॅरी व्ही.मून, पीएच.डी.,** एक्झिक्युटिव्ह डायरेक्टर,
मार्टिन फॅमिली इन्स्टिट्यूट, डॅलस विलार्ड सेंटर, वेस्टमॉंट कॉलेज

*'नेहमीच्या चाकोरीप्रमाणे नसलेली आजच्या बाजारपेठेमधली गुंतागुंतीची स्थिती हाताळण्याकरता स्पष्ट व भरीव काम करणाऱ्या नेतृत्वाची गरज आहे. लेखकांनी स्पर्धात्मक फायदा मिळवण्यासाठी एक सडेतोड मार्ग सगळ्यांना सुचवला आहे. बहुराष्ट्रीय कंपन्या व नव्याने सुरू होणारे उद्योग या दोघांनी या पुस्तकाची दखल घ्यावी.'*

— **डेब लांझ,** एक्झिक्युटिव्ह डायरेक्टर, मार्केटिंग अ‍ॅन्ड कम्युनिकेशन,
टेपर स्कूल ऑफ बिझनेस, कार्नेजी मेलन युनिव्हर्सिटी

'द ग्रेटर गोल' हे पुस्तक या पिढीतल्या नेत्यांच्या हृदयाचा ठाव घेण्यावर लक्ष केंद्रित करते. केन आणि हीथर यांनी चांगल्या व भव्य गोष्टी कशा कराव्यात हे सांगितले आहे.'

— **जिंजर ग्रॅहम,** सीनिअर लेक्चरर, हार्वर्ड युनिव्हर्सिटी
व सीईओ प्रशिक्षक

*'द ग्रेटर गोल' या पुस्तकाने माझ्या मनाला स्पर्श केला आहे. तुमच्या व्यवसायाबाबतचे निकाल सुधारण्यास या पुस्तकाची तुम्हाला मदत होईल. मी ही तत्त्वे माझ्या कंपनीला लागू केली आहेत व माझ्या वैयक्तिक आयुष्यालाही लागू केली आहेत आणि दोन्हीकडे मला भरपूर यश मिळाले आहे.'*

– **मायकेल होम्स,** अध्यक्ष, आरएक्स आउटरिच संस्था

*'द ग्रेटर गोल' या पुस्तकात दिलेल्या साधनांचा वापर करून आम्ही आमच्या कृतियोजना हाताळण्याचा मार्ग बदलला आहे. हे पुस्तक सर्वांनी वाचावे अशी मी शिफारस करेन.'*

– **न्यूट क्रेनशॉ,** उपाध्यक्ष, ऑन्कोलॉजी बिझनेस युनिट,
एली लिली आणि कंपनी

*'मी उद्देशपूर्ण काम करण्यातून मिळणाऱ्या शक्तीवर गाढ विश्वास ठेवतो. या पुस्तकांत काळजीपूर्वक दिलेले विचार आणि शहाणपण खरोखरच कौतुकास्पद आहेत. पुस्तकांत सामाईक ध्येय साध्य करण्याबाबतची मर्मदृष्टी व प्रभावशाली चौकट स्पष्ट करून दाखवली आहे.'*

– **मार्क एम. फेरेरा,** उपाध्यक्ष, टॅलेंट मॅनेजमेंट,
एली लिली आणि कंपनी

# द ग्रेटर गोल

उद्देश आणि कामगिरीचा एकमेकांशी संबंध जोडणे.

**केन जेनिंग्ज**
**हीथर हाइड**

अनुवाद
**रेवती सप्रे**

**मेहता पब्लिशिंग हाऊस**

Please contact us at **Mehta Publishing House,** Pune 411030.
Email : production@mehtapublishinghouse.com
Website : www.mehtapublishinghouse.com

- *या पुस्तकातील लेखकाची मते, घटना, वर्णने ही त्या लेखकाची असून त्याच्याशी प्रकाशक सहमत असतीलच असे नाही.*


First Published by Berrett Koehler Publishers, Inc San Francisco,CA USA

Translated into Marathi Language by Revati Sapre

**द ग्रेटर गोल** / मार्गदर्शनपर

अनुवाद : रेवती सप्रे

Email : author@mehtapublishinghouse.com

मराठी अनुवादाचे व प्रकाशनाचे हक्क मेहता पब्लिशिंग हाऊस, पुणे ३०.

प्रकाशक : सुनील अनिल मेहता, मेहता पब्लिशिंग हाऊस,
१९४१, सदाशिव पेठ, माडीवाले कॉलनी, पुणे – ४११ ०३०.

मुद्रक : ट्रिनिटी अ‍ॅकॅडमी फॉर कॉर्पोरेट ट्रेनिंग लिमिटेड, नऱ्हे, पुणे – ४१.

मुखपृष्ठ : मेहता पब्लिशिंग हाऊस

प्रथमावृत्ती : फेब्रुवारी, २०२०

किंमत : ₹ २४०

P Book ISBN 9789353174101
E Book ISBN 9789353174118
E Books available on : play.google.com/store/books
www.amazon.in
https://books.apple.com

---

पायरेटेड पुस्तकांची खरेदी-विक्री हा कायद्याने गुन्हा आहे आणि अशा गुन्ह्याविरोधात कायदेशीर कारवाई होऊ शकते.

प्रिय मॉम आणि डॅडना –
तुम्ही आम्हाला चांगल्या रितीने कसे जगावे
व कसे प्रेम करावे हे शिकवलंत!

आमच्या लाडक्या मुलांना –
तुमच्या प्रत्येकाची एक खास अशी कहाणी आहे
जी आम्ही अजूनपर्यंत सांगितलेली नाही.

एकमेकांना –
कारण आम्ही समर्पित आहोत.
आमच्या सर्व वाचकांना व इतर मंडळींना –
ज्यांनी आपले असाधारण ध्येय निश्चित केले आहे.

तुम्हाला
जेवढ्या प्रकारांनी शक्य असेल
जेवढ्या मार्गांनी शक्य असेल
ज्या-ज्या ठिकाणी करता येईल
ज्या-ज्या वेळी करता येईल
ज्या-ज्या लोकांसाठी करता येईल
जितके जास्त काळ करता येईल
तितके चांगले कार्य करत रहा !!!

– जॉन वेसले

# प्रस्तावना

या पुस्तकाबद्दल लिहिताना मी अतिशय अधीर झालो आहे. कारण मला असे आढळले आहे की, जेव्हा एखादे असाधारण ध्येय साध्य करण्याचा हेतू डोळ्यांसमोर नसतो, तेव्हा समाजातील प्रत्येक स्तरावरील किंवा प्रत्येक क्षेत्रातील नेतृत्व केवळ स्वत:चे हित पाहण्याच्या दृष्टीने केले जाते. अशा स्वार्थी नेतृत्वाचे दुष्परिणाम काय होतात, ते आपल्याला समाजात सर्वत्र दिसून येतातच.

आपला दिवस एका चांगल्या कामासाठी 'उत्तम कामगिरी केल्यामुळे कारणी लागला' या विचाराचे समाधान बाळगून कामावरून घरी परतायला तुम्हा सर्वांना नक्कीच आवडेल ना? तुम्ही कंपनीचे अध्यक्ष नसतानाही कामाच्या ठिकाणी सर्वांत महत्त्वाचे ध्येय ठरवण्यामध्ये सहभाग मिळाल्यास तुम्हाला कसे वाटेल? आणि कामाच्या ठिकाणी उल्लेखनीय, यशदायी कामगिरी करणाऱ्या समुदायामध्ये तुमच्या प्रयत्नांचाही हातभार लागला होता हे समजल्यावर तुम्हाला खूप आनंद वाटेल ना? माझे मित्र केन जेनिंग्ज व हीथर हाइड हे दोघे तुम्हाला तुमची स्वप्नवत कामगिरी पाहण्यासाठी आमंत्रण देत आहेत आणि 'उदात्त ध्येयावर आधारित उत्कृष्ट कामगिरी' करण्याकरता काय करावे लागते, हे या पुस्तकामध्ये उलगडून दाखवत आहेत.

**'द ग्रेटर गोल'** : उद्देश व कामगिरी यांचा संबंध जोडणे – हे पुस्तक वाचण्यासाठी तुमचे स्वागत. एखादी संस्था, त्यातील कर्मचारी व टीम्सच्या सामाईक प्रयत्नांद्वारे, सर्वांसाठी हितकारक ठरेल असे एखादे असाधारण ध्येय साध्य करण्याची विलक्षण मोहीम हाती घेऊन अतिशय भव्यदिव्य कामगिरी कशी करते हे या पुस्तकात दाखवले आहे. यातील गोष्ट म्हणजे 'एका विशिष्ट आणि खास उद्देशाने केल्या जाणाऱ्या प्रवासाची मार्गदर्शक दीपज्योती आहे,' असे म्हटल्यास हरकत नाही.

मी व माझे सहकारी दहा वर्षांहून अधिक काळ, एका गोष्टीवर विचार करत

राहिलो होतो, ती गोष्ट म्हणजे 'ट्रिपल बॉटम लाइन' म्हणजे तिहेरी तळरेषेवर लक्ष केंद्रित करून संस्थांना आपली कामगिरी कशी सुधारता येते. ही तिहेरी तळरेषा म्हणजे : १) ग्राहकांना वेगवेगळ्या आणि चांगल्या दर्जाच्या पर्यायांची निवड करू देणे. २) कामाच्या ठिकाणचे चांगले वातावरण, कर्मचाऱ्यांसाठी उत्तम सोयीसुविधा, सकारात्मक नेतृत्व इ. गुणांमुळे नोकरीकरता आपल्याकडे आकर्षित करून घेणे. ३) आकर्षक व्याज दर किंवा भागधारकांना, तुमच्या पैशाचे मूल्य जास्तीत जास्त वाढवेल अशी गुंतवणूक करू देणे.

कालांतराने आम्हाला कळले की, उत्कृष्ट कामगिरी करणाऱ्या संस्थांचे नेतृत्व अशा प्रकारचे असते की, ते लोकांमधल्या छुप्या किंवा न दिसणाऱ्या ऊर्जेला वाट करून द्यायला मदत करते व असाधारण ध्येयावरती परिणाम करणाऱ्या त्यांच्यातल्या विकसित न झालेल्या गुणांना हेरून त्या गुणांचा विकास करते. जास्तीतजास्त कठीण ध्येय समोर ठेवून ती साध्य करत राहणे, हेही अशा संस्थांचे ध्येय नसते. खरे नेतृत्व म्हणजे जे इतरांना मदत करून, सामाईकरीत्या संस्थेसाठी एखादे असाधारण ध्येय निर्माण करते व उत्कृष्ट कामगिरी घडवून आणण्यासाठी लोकांनी त्यांच्या प्रयत्नांची हातमिळवणी कशी करावी ते दाखवून देते.

केन जेनिंग्ज व हीथर हाइड यांनी या पुस्तकातील कथेद्वारे असाधारण ध्येय पुढे ठेवून काम करण्यामागची ताकद काय असते ते स्पष्ट केले आहे. ॲलेक्स बेकले हा सर्वसाधारणपणे अडचणीत अडकलेला कंपनीतला एक अधिकारी नेता! त्याच्या व्यक्तिगत आणि व्यावसायिक आयुष्याची गोष्ट या पुस्तकांत मांडली आहे! मला प्रामुख्याने व्यावसायिक जीवनावर प्रकाश टाकणाऱ्या कथा आवडतात. मला असे वाटते की वाचकांनाही अशा प्रकारच्या कथा आवडत असतील. काळाच्या परीक्षेला उतरलेले एक सत्य अतिशय सोप्या व मार्मिक शब्दांमध्ये वाचकांसमोर मांडले असल्यामुळे हे पुस्तक वाचकांनाही नक्कीच आवडेल असे मला वाटते. अशा प्रकारची पुस्तके, तुम्हाला तुमच्या कामाच्या ठिकाणाबद्दलच्या जीवनाबाबत काय वाटते हे जाणून घेण्यासाठी तुमच्या हृदयाला हात घालतात व कामाच्या ठिकाणचे तुमचे अनुभव, तिथल्या आठवणी इत्यादींना चाचपून पाहत एखाद्या गोष्टीकडे नव्याने पाहण्याचा दृष्टिकोनही दाखवतात. अशा प्रकारची पुस्तके, अशा प्रकारच्या गोष्टी वाचकांच्या मनातला संशय दूर करतात व स्वत: कथाकथन करण्यामध्ये काय ताकद असते तेही दाखवून देतात.

या पुस्तकाद्वारे केन जेनिंग्ज व हीथर हाइड, आपल्याला एका अधिकारी नेत्याची कहाणी उलगडून दाखवतात आणि आपल्या जीवनाशी त्या कहाणीचे साधर्म्य शोधायला सांगतात. 'केवळ आकड्यांच्या स्वरूपात तुम्ही मिळवलेले यश' म्हणजे सर्व काही नव्हे (म्हणजे आमच्या कंपनीने इतके कोटी नफा मिळवला किंवा

आम्ही इतके टन विक्री केली वगैरे)! ज्या ज्या वेळी आपण संस्थांसाठी आणि समाजासाठी काही योगदान देतो, त्या त्या वेळी आपण आपल्यानंतर पुढे आणखी चांगले काय करता येईल याचा वारसा सोडून जातो. हे पुस्तक तुम्हाला तुमच्या साधारण किंवा नेहमीच्या ध्येयापेक्षा वेगळे, विशाल आणि असाधारण ध्येयाबाबत असाच वारसा निर्माण करण्याबाबत प्रोत्साहित करते. तुमचे उदात्त ध्येय आणि उत्कृष्ट कामगिरी यांची सांगड कशी घालता येते तेही दाखवते..

कल्पना करा की, तुमच्या एखाद्या चांगल्या निर्णयामुळे तुमच्या भावी आयुष्यातील खास ध्येयापर्यंत पोहोचण्यातले सर्वांत कठीण अडथळे दूर होऊ शकतात. त्यासाठी तुम्हाला आयुष्याबाबतची धोक्याची घंटा ऐकेपर्यंत थांबण्याची गरज नसते. (या कथेतील नायकाप्रमाणे)! आपल्या रोजच्या साध्या सरळ जीवनातल्या पर्यायांचे रूपांतर करणारे बदलही आपण घडवून आणू शकतो.

सामुदायिकरीत्या, एखाद्या महान उद्देशासाठी जास्तीतजास्त चांगली कामगिरी करणे हे खरोखरच एक योग्य, असाधारण ध्येय आहे असे म्हणता येईल.

– **केन ब्लँकार्ड**

जानेवारी २०१२

# अनुक्रमणिका

# परिचय

'द सर्व्हिंग लीडर' हे सर्वाधिक खपाचे पुस्तक लिहिणाऱ्या सहलेखकाने 'द ग्रेटर गोल' हे पुस्तक लिहिले आहे. या पुस्तकाद्वारे संस्थेच्या उदात्त उद्देशासाठी सर्व स्तरांवर संपूर्ण संस्थेशी हातमिळवणी कशी करता येईल याबद्दल वाचकांना मार्गदर्शन केले आहे.

केन जेनिंग्ज यांनी हीथर हाइड या त्यांच्या दीर्घकालीन सहयोगी व पत्नीच्या साथीने, आजच्या नेतृत्वासाठी प्रेरणादायी व व्यवहारांत यशस्वी ठरतील अशा मुख्य गोष्टींसाठी मार्गदर्शन केले आहे.

- संस्थांचा अंतस्थ उदात्त हेतू स्पष्टपणे मांडणे.
- सर्व भागधारकांमध्ये सामाईक ध्येयांची निर्मिती करणे.
- सामाईक ध्येयांभोवती व उदात्त उद्देशाभोवतीच्या सर्व कामांची हातमिळवणी करणे.
- उत्कृष्ट कामगिरीसाठी कर्मचाऱ्यांना प्रेरित करणे.

'द सर्व्हिंग लीडर'प्रमाणेच हे पुस्तकही लहान आहे, परंतु सहज सोप्या व ओघवत्या शैलीत लिहिलेले आहे. पुस्तकातील गोष्ट आपल्याला खिळवून तर ठेवतेच, शिवाय निवेदनाच्या शैलीत आपल्याला नेतृत्वाबाबतच्या आगळ्यावेगळ्या व व्यवहारांत आणता येतील अशा कल्पनाही सुचवते.

ही कहाणी आहे ॲलेक्स बेकले नावाच्या एका तरुणाची, ज्याने वैद्यकीय उत्पादने बनवणाऱ्या कंपनीच्या अध्यक्षपदाची सूत्रे नव्यानेच हाती घेतलेली असतात. कंपनीचा अध्यक्ष म्हणून जबाबदारी पेलताना, ॲलेक्सच्या आयुष्यात उलथापालथ करणारी एक घटना घडते व त्या धक्कादायक घटनेला सामोरे जाऊन जेव्हा तो पुन्हा नव्याने जीवन जगायला सुरुवात करतो, तेव्हा स्वत:ला पूर्णपणे बदलून वेगळ्या प्रकाराने नेतृत्व करायला प्रेरित होतो. 'उदात्त ध्येय आणि उत्कृष्ट कामगिरी

याचे द्योतक असणाऱ्या 'चांदणी' चिन्हाबाबत ॲलेक्सला शिकायला मिळते. चांदणीतील पाच बिंदू पाच तत्त्वांचे दर्शक होय! या पाच तत्त्वांचे पालन केल्यास कंपनी उत्तम यश संपादन करू शकते हे ॲलेक्सला समजते. चांदणी चिन्हातील तत्त्वांचा वापर करून, उदात्त ध्येय व उत्कृष्ट कामगिरी साध्य करण्यासाठी ॲलेक्स आपल्या कृतियोजना व नेतृत्वशैलीमध्ये आमूलाग्र बदल घडवून आणतो आणि नुकसान सोसणाऱ्या कंपनीला यशाच्या वाटेवर नेतो.

चांदणी चिन्हावरील पाच तत्त्वे कोणती व त्यांचा अर्थ काय हे समजण्यासाठी आपल्याला हे पुस्तक वाचावे लागेल आणि एखाद्या संस्थेत विविध विभागांतून किंवा विविध स्तरांवर हातमिळवणी झाल्यास एक प्रचंड ताकद कशी निर्माण करता येते व संस्थेचे उदात्त, असाधारण ध्येय कसे साध्य करता येते, हेही आपल्याला समजेल.

एखादे ध्येय असाधारण ठरण्यासाठी त्याला तीन विशिष्ट बाजू असाव्या लागतात. या दृष्टीने हे ध्येय 'त्रिमितीय' असते असे म्हणता येईल. उदा. पहिली बाजू म्हणजे लोकांचे जास्तीत जास्त भले करण्याचा प्रयत्न. दुसरी बाजू म्हणजे सगळ्यांशी हातमिळवणी करून एकत्रितपणे कंपनीचे हित साधणे व तिसरी बाजू म्हणजे संस्थेतील प्रत्येकाने हे असाधारण ध्येय साध्य करण्यासाठी आपापल्या परीने उत्कृष्ट कामगिरी करणे व हा उदात्त संकल्प पूर्ण करण्यासाठी आपले योगदान देणे.

एका विशाल, असाधारण ध्येयाच्या पूर्तीकरता ज्या वेळी सामाईकपणे ज्या संस्थेतल्या व्यक्ती-व्यक्तींमध्ये, गटा-गटांत (टीम्समध्ये) हातमिळवणी झालेली असते, त्या वेळी एका चांगल्या कारणासाठी पृथ्वीवर एक अतिशय ताकदवान बल तयार झालेले आपल्याला दिसून येते.

# एक जीवघेणा प्रवास

पावसाळ्याची सुरुवात! पहाटे ५.३० चा सुमार! आकाशाच्या अंगणात विजा ढगांशी लपंडाव खेळत होत्या आणि त्याच वेळी अलेक्झांडर बेकले आपल्या खोलीत, कॉम्प्युटरसमोर खुर्चीवर विमनस्कपणे बसला होता. एकीकडे ढगांचा गडगडाट त्याच्या कानांत घुमत होता, तर दुसरीकडे त्याच्या मनात विचारांचे वादळ थैमान घालत होते. कडाडणाऱ्या विजांच्या प्रकाशात ॲलेक्सचा चेहरा उजळून निघत होता अन् त्या प्रकाशात त्याचे पांढऱ्याकडे झुकणारे आखूड केस अन् त्याच्या चेहऱ्यावरच्या चिंतेचे सावट स्पष्टपणे दिसत होते. पहाटेच्या त्या अंधारात, कॉम्प्युटरचा मॉनिटर त्यावरच्या उजेडामुळे चमकत होता आणि त्या प्रकाशात ॲलेक्सचे किंचित वाकडे झालेले नाक उठून दिसत होते. कॉलेजमधल्या त्याच्या बॉक्सिंगमधल्या वाटचालीचे स्मृतिचिन्ह जणू! ॲलेक्सची नजर त्या कॉम्प्युटर स्क्रीनवर खिळली होती आणि त्यावरची ई-मेल वाचून त्याचे डोके एकदम गरम झाले होते. भीतीने त्याच्या पोटात खोल खड्डा पडला अन् हृदयाचे ठोके जलद गतीने पडू लागले. त्याने एक आवंढा गिळला. पुन्हा एकदा ती मेल वाचताना मेलमधला मजकूर त्याच्याकडे डोळे वटारून पाहत असल्याचा त्याला भास झाला.

ती मेल डॅन मायर्सकडून, म्हणजे तो काम करत असलेल्या 'बेकले मेडिकल' या कंपनीच्या कार्यकारी मुख्याधिकाऱ्यांकडून आली होती. ही कंपनी त्याच्या वडिलांनी स्थापन केली होती. मेलचा विषय आणि आशय साधारण असा होता :

*प्रेषक : डॅन मायर्स (mailto:dmeyers@beckleymedical.com)*

*तारीख व वेळ : मंगळवार १९ एप्रिल २०११, रात्री ११:५२*

*प्रति : ॲलेक्स बेकले(mailto:abeckley@beckleymedical.com)*

*विषय : संचालक मंडळाच्या मीटिंगमधे झालेली चर्चा*

*ॲलेक्स,*

*तुझ्या काल रात्रीच्या फोनवर, कंपनीच्या बोर्ड ऑफ डायरेक्टर्सकडून तीव्र प्रतिक्रिया आली आहे. त्यांना माहीत आहे की, तू खूप मेहनत करतो आहेस. पण तरीही त्या सर्वांचा तुझ्याकडून अपेक्षाभंग झाला आहे. याबाबत तुझ्याशी बोलायचे आहे. त्यासंबंधात मला फोन कर.*

ॲलेक्सला कळून चुकले की, ही कंपनी त्याच्या वडिलांनी स्थापन केली असली तरी कंपनीचे संचालक मंडळ आता त्याला पाठीशी घालणार नाही. आपण या गोष्टीतही डॅडइतके यशस्वी होऊ शकलो नाही, या विचाराने तो अस्वस्थ झाला. पण बाहेर चमकणाऱ्या विजांच्या प्रकाशाप्रमाणे त्याच्या मनातही एक कल्पना चमकून गेली.

मग ॲलेक्सने त्या दिवशीच्या त्याच्या नियोजित कार्यक्रमांची सूची पाहण्यासाठी माउसने क्लिक केले. जर आजच्या दिवसांत तो 'युनिव्हर्सिटी हेल्थ सिस्टिम' (यूएचएस) या कंपनीबरोबर त्याच्या कंपनीच्या नवीन उत्पादनांसंबंधीचा व्यवहार पूर्ण करू शकला तर... तो त्याच्या कंपनीचा आत्तापर्यंतचा सर्वांत मोठा व्यवहार ठरला असता आणि मग कंपनीच्या संचालक मंडळावर नक्कीच त्याची छाप पडली असती आणि इतक्या दिवसांच्या त्याच्या वाईट कामगिरीवर आपोआप पडदा पडला असता. आज त्याला एका कुशल विक्रेत्याची भूमिका घेऊन युनिव्हर्सिटी हेल्थ सिस्टिम या कंपनीला हे दाखवून द्यायचे होते की, 'बेकले मेडिकल' ही त्यांच्यासाठीची सर्वोत्तम भागीदार कंपनी आहे. एका कंपनीचा अध्यक्ष म्हणून ही कामगिरी यशस्वीरीत्या पार पाडायचा त्याने ठाम निश्चय केला. 'आज मी स्वत: कंपनीचा अध्यक्ष हिमतीने, स्वत:च्या बळावर एक यशस्वी कामगिरी करून टीकाकारांना आणि संचालक मंडळातून मला वगळण्याचा विचार करणाऱ्यांना एक चोख उत्तर देईन,' असे त्याच्या मनात आले.

ॲलेक्सचा घरातला वावरही त्याच्या कामाच्या ठिकाणी असलेल्या वागणुकीप्रमाणेच होता. चटपट आणि फटाफट, कुठेही न रेंगाळता! ऑफिससाठी तयार होता-होता त्याने आपल्याला यूएचएसबद्दल त्याला माहीत असलेल्या माहितीचा आढावा घेतला. विक्रीबाबतचे आपण कोणते क्षेत्र निवडणार आहोत याची उजळणी केली अन् त्याबाबतचे आपले प्रेझेंटेशन (सादरीकरण) बरोबर होईल की नाही, याचीही त्याने खातरी करून घेतली. कॉन्फरन्सच्या जागी सर्वांआधी पोहोचून तो पुन्हा एकदा या गोष्टींची खातरजमा करणार होता.

त्याची मीटिंग डाउनटाउनमध्ये म्हणजे शहराचे मुख्य व्यापारीकेंद्र असलेल्या भागात होती. तिथे वेळेवर पोहोचण्यासाठी त्याला बिगेलो बुलेवार्डचा शॉर्टकट घ्यावा

लागणार होता. त्या रस्त्याने तो सरळ जुन्या 'यू. एस. स्टीलच्या' इमारतीसमोर पोहोचला असता. या इमारतीमध्ये पूर्वी पिट्सबर्गमधल्या प्रमुख स्टील उद्योगांची कार्यालये होती. पिट्सबर्ग शहराच्या क्षितिजावर ही एकसंध इमारत कशी खुलून दिसायची. आज त्याच इमारतीतील कार्यालये यूएचएसच्या साम्राज्याचाच एक भाग बनली असली, तरी लोक तिला 'स्टील टॉवर' या नावानेच ओळखायचे.

आपली डायरी बंद करतानाच त्याची नजर सहजच त्याच्या त्या दिवशीच्या संध्याकाळच्या कार्यक्रमांकडे गेली. त्यात 'रॅशेल : हंटर-जंपर स्पर्धा' असे लिहिले होते. ॲलेक्सने एक सुस्कारा सोडला. आज पुन्हा एकदा तो आपल्या मुलीच्या स्पर्धेसाठी हजर राहू शकणार नव्हता. स्वयंपाकघरातून आपल्या कारकडे जाताना, त्याने त्याची आई ॲनी व मुलगी रॅशेल यांना डायनिंग टेबलवर बसलेले पाहिले. त्या दोघी हळू आवाजात टीव्ही लावून सकाळच्या बातम्या पाहण्यात मग्न होत्या. आईच्या अंगावर अगदी जुन्या पद्धतीचा हाउसकोट होता! ॲलेक्स लहान असताना ती वापरत असे त्याच पद्धतीचा.

त्याला पाहून ॲनीने विचारले, "लवकर उठलास?"

"हं... पण तुम्ही दोघीही का लवकर उठलात? काय गं? वादळामुळे तुझी झोपमोड झाली का?" त्याने रॅशेलला विचारले.

रॅशेलने मान डोलावली. "डॅड, मघाशी इतका मोठा आवाज झाला की, मला वाटलं की, माझ्या खिडकीबाहेरच्या झाडात स्फोटच झाला आहे." ती म्हणाली.

ॲलेक्सने त्या दोघींच्या कपाळाचे चुंबन घेतले आणि त्यांचा निरोप घेत तो म्हणाला, "बरं... मी निघतो आता."

"हे काय? तसाच निघालास? थोडी कॉफी तरी घे." ॲनीने म्हटले.

"नो, थँक्स मॉम!" असे म्हणत ॲलेक्सने आपल्या अंगावर रेनकोट चढवला. बाहेरच्या झंझावाती वादळाचा आवाज तो ऐकू शकत होता.

रॅशेलने त्याच्याकडे पाहिले. तिच्या नजरेत वडिलांबद्दलची काळजी दाटून आली होती. "आज संध्याकाळपर्यंत तरी हवामान सुधारेल अशी आशा करू या... आणि डॅड, आज संध्याकाळी माझी स्पर्धा आहे, तू येणार आहेस ना?" तिने विचारले.

'डिअर, माझा आजचा दिवस खूप धावपळीचा जाणार आहे आणि शिवाय रात्री मला एका डिनर मीटिंगलाही जावे लागणार आहे... सॉरी, आज मी तिथे येऊ शकणार नाही; पण तू आजीबरोबर जाशील आणि मी आल्यावर स्पर्धा कशी झाली ते सगळं मला सांगशील ना?" कोटाची कॉलर उगाचच चाचपल्यासारखी करत अन् तिची नजर चुकवत ॲलेक्स म्हणाला.

वडिलांचे बोलणे ऐकून रॅशेल दुखावली. तिचे डोळे पाणावले. निषेध म्हणून

तिने ॲलेक्सला उत्तर देणे टाळले आणि टीव्हीवर नजर खिळवली.

तितक्यात ॲनीने आपले ओठ मुडपले आणि ती पुटपुटली, "ॲलेक्स, किती मेहनत करतोस, तू अगदी तुझ्या वडिलांवर गेला आहेस!!"

ॲनीच्या उद्गारांनी ॲलेक्स दुखावल्यासारखा झाला आणि म्हणाला, "नाही मॉम... मी त्यांच्यासारखा नाही..." त्याच्या मनात विचार आला... 'म्हणजे मी त्यांच्यासारखे यश मिळवू शकलो नाही.'

वडिलांच्या कटु आठवणी त्याच्या डोळ्यांसमोर फेर धरून नाचू लागल्या. बालपणी कधीच त्याला वडिलांची माया पुरेशी मिळाली नव्हती. वडिलांनी आपल्यावर भरभरून प्रेम करावे आणि आपल्याला पुरेसा वेळ द्यावा ही त्याची साधी अपेक्षा त्यांनी कधीच पूर्ण केली नव्हती. वडिलांनी केलेली चूक आपल्या हातून होऊ नये आणि आपण आपल्या कुटुंबीयांना जास्तीतजास्त वेळ द्यावा, यासाठी तो नेहमीच प्रयत्नशील असे. रॅशेलला नाराज करायला त्याला अजिबात आवडत नसे. आजही तिला आपण तिच्या स्पर्धेला येऊ शकणार नाही, हे सांगताना त्याला अपराधी वाटत होते; पण त्याचा नाईलाज होता. ॲनी हे सर्व नेहमी पाहत होती आणि तरीही तिने असे म्हणावे, याचा त्याला राग आला. तो अस्वस्थ झाला... मॉमने आपली तुलना डॅडबरोबर केली, हेही त्याला आवडले नाही. त्या दोघींशी आणखी काहीही न बोलता ॲलेक्स हळूच मागच्या दाराने बाहेर पडला तेव्हा मुसळधार पावसाला सुरुवात झाली होती.

'मला वडिलांसारखे यशस्वी व्हायचे आहे, पण ते वडिलांनी अनुसरलेल्या मार्गाने नव्हे, तर स्वत:चा मार्ग निवडून अन् स्वत:च्या पद्धतीने!' कारमध्ये बसता बसता ॲलेक्स स्वत:शीच म्हणाला. पण तरीही मनाच्या कोपऱ्यात कुठेतरी त्याला वाटत होते, 'अरे, वडिलांसारखे यशस्वी होण्याच्या धडपडीत आपण नकळत त्यांच्यासारखेच वागू लागलो नाही ना?' पण आता त्याला वडिलांच्या वागणुकीचे कारण समजले. वडिलांनाही तेव्हा त्यांच्या कंपनीच्या अधिकाऱ्यांचे दडपण असेल, कंपनीच्या उत्पादनाचा खप वाढवायचा असेल... मघाशी रॅशेलला नाराज केल्याचा प्रसंग आठवून ॲलेक्स परत आपल्या बालपणात शिरला... तो इथे परत आपल्या आईबरोबर कसा राहायला आला आणि वडिलांनी स्थापन केलेल्या कंपनीत काम का करू लागला यासंबंधीचा भूतकाळ त्याच्या नजरेसमोर एखाद्या चित्रफितीप्रमाणे उलगडू लागला... आपले शिक्षण पूर्ण झाल्यावर तो पिट्सबर्ग सोडून दुसरीकडे राहायला गेला. वडिलांप्रमाणेच पावले टाकून, त्यांच्याच पद्धतीने घरचा व्यवसाय सांभाळायची कल्पना त्याला मान्य नव्हती. त्याला उंच आकाशात भराऱ्या घ्यायच्या होत्या, पण त्या स्वत:च्या प्रयत्नांनी आणि स्वत:च्याच पद्धतीने! वडिलांपासून दूर राहत असला तरी ॲलेक्समध्ये वडिलांची निश्चयशक्ती आणि काम करण्यासाठीचा

उत्साह अगदी भरभरून उतरला होता अन् त्याच बळावर त्याने स्वत:ची एक स्वतंत्र ओळख निर्माण केली होती. पिट्सबर्ग सोडल्यानंतरच्या पंधरा वर्षांच्या काळात त्याने त्याच्या वडिलांच्या कंपनीच्या एका स्पर्धक कंपनीमध्ये उपाध्यक्षाचे पद भूषवले होते आणि लवकरच तो अत्युच्च पदावरही पोहोचणार होता. पण... नियतीच्या मनात काहीतरी दुसरेच होते..

कसल्यातरी आजाराचे निमित्त झाले अन् त्याचे वडील एकाएकी जग सोडून गेले. दुर्दैवाने तो दिवस त्याच्या वाढदिवसाचा दिवस होता... आणि मग तेव्हापासून त्याचा स्वत:च्या वाढदिवसाच्या दिवशीचा आनंद कायमचा हिरावला गेला. आपल्याला कधीही वडिलांचा वेळ पुरेसा मिळाला नाही, हे मनातले शल्य त्यांच्याजवळ उघडे करायचे कायमचे राहून गेले आणि मग अनपेक्षितपणे त्याच्या गळ्यात पिट्सबर्ग येथील रूस बेकले कंपनीच्या अध्यक्षपदाची जबाबदारी येऊन पडली व त्याने ती स्वीकारलीही! आणि त्याच्या आयुष्याला एक वेगळेच वळण लागले.

वडिलांचे जुने व घनिष्ट मित्र आणि बेकले कंपनीचे मुख्याधिकारी असलेले मि. डॅन मायर्स यांच्या नेतृत्वाखाली त्याने काम सुरू केले. सत्तरीला आलेले मि. डॅन मायर्स जास्त काळ त्या पदावर राहणार नव्हते व नंतर आपोआपच ते पद ॲलेक्सला सांभाळावे लागणार होते. ॲलेक्सने या कंपनीत काम सुरू केल्याला दोन वर्षांहून अधिक काळ लोटला होता. पण तरीही कंपनीच्या प्रगतीचा आलेख फारसा उंचावला नव्हता. बाहेरच्या जगातल्या स्पर्धेने उग्र रूप धारण केले होते आणि स्पर्धेत टिकून राहण्याच्या दृष्टीने उत्पादनांमध्ये नावीन्य आणणे अत्यंत जरुरी होते, पण बेकले कंपनीकडून या दृष्टीने काहीच कृती केली जात नव्हती. त्यामुळे इतर वरिष्ठ अधिकारी ॲलेक्सच्या कामाबद्दल जरा नाराजच होते. भरीस भर म्हणून काही नवीन आलेल्या अधिकाऱ्यांनी अचानक कंपनीला रामराम ठोकला होता आणि म्हणूनच आता ॲलेक्स काय पावले उचलेल यावर सगळ्यांचे लक्ष लागले होते... आता जर आपण याबाबत काही भरीव कामगिरी करू शकलो नाही, तर आपण वडिलांप्रमाणे कंपनीच्या मुख्य अधिकाऱ्याचे पद भूषवू शकणार नाही, हा भीतिदायक विचार त्याच्या मनात आला; पण त्याने तो लगेच झटकून टाकला.

पावसाच्या थेंबांच्या तालावर गाडीच्या पुढच्या काचांवर असलेले वायपर्स हलत होते आणि त्या दृश्याकडे बघत ॲलेक्सने आपली गाडी पिट्सबर्गच्या ओल्याचिंब, टेकडीसारखे उंचवटे असलेल्या रस्त्यांवरून हाकायला सुरुवात केली. वादळाचा जोर अजूनही कायम होता आणि मनाच्या त्या अवस्थेत अशा वादळी पावसात गाडी चालवणे ॲलेक्सला तसे कठीण जात होते. अचानक गाडीचे उजव्या बाजूचे पुढचे चाक एका पाणी भरलेल्या खड्ड्यात दाणकन आदळले आणि क्षणभरासाठी ॲलेक्सचा स्टिअरिंग व्हीलवरचा ताबा सुटला. तो भीतीने किंचाळला आणि जणू काही त्याच

भीतीने गाडीचे टायर्ससुद्धा थरथरले. तसे फारसे काही गंभीर घडले नव्हते. गाडीचे एक चाक खड्ड्यात गेल्यामुळे ती थोडी कलली होती इतकेच!

गाडीला परत नीट रस्त्यावर आणून ॲलेक्स पुढे निघाला. मुसळधार पावसात त्याची काळ्या रंगाची बीएमडब्ल्यू रस्त्यावर जमलेले पाणी वेगाने दोन्ही बाजूला उडवत चालली होती. एखादी स्पीडबोटच जणू! पिट्सबर्ग म्हणजे अनेक नामवंत शैक्षणिक संस्था, औषधांच्या कंपन्या, तंत्रज्ञान संस्था इत्यादींचे आगरच म्हणाना! पण या क्षणाला बेकलेला प्रकाशात ठेवून मुसळधार पावसात पिट्सबर्गमधल्या सर्व संस्था जणू काही लुप्तच झाल्या होत्या.

आपण बेकलेमध्ये येण्याचा निर्णय घेतला तो योग्यच होता, हे ॲलेक्सला आतून पटले होते. त्याचे वडील वारले त्याच वर्षी त्याची पत्नीही जग सोडून गेली होती. तो काळ ॲलेक्सला अत्यंत कठीण आणि तितकाच वाईटही गेला होता. आपल्या बारा वर्षांच्या मुलीला, रॅशेलला आपल्या आईच्या हाती सोपवून त्याने बेकले कंपनीची सूत्रे हाती घेतली. पण स्वतःची आक्रमक शैलीची विक्रीपद्धती आणि नेतृत्व दाखवूनही तो गेल्या दोन वर्षांमध्ये काही विशेष कामगिरी करू शकला नव्हता.

पण आजचा दिवस नक्कीच वेगळा होता! आजच्या दिवशी तो एक खास विक्री-प्रतिनिधी म्हणून यूएचएस बरोबरचा व्यवहार यशस्वी करून कंपनीच्या अध्यक्षपदाला शान तर आणणारच होता, मग संचालक मंडळाने त्याला 'महानायक' म्हणून गौरवले असते. इतक्यात त्याच्या सीटबेल्टवर बसवलेला मोबाइल एखादा मेसेज आल्याप्रमाणे थरथरला. मेसेज पाहण्यासाठी ॲलेक्सने फोनवरच्या ई-मेलच्या बटणाला स्पर्श केला आणि तो ई-मेल वाचायचा प्रयत्न करू लागला. कंपनीचे आर्थिक व्यवहार पाहणारे प्रमुख अधिकारी, नेट स्ट्रेयर यांचा तो मेसेज होता... ॲलेक्सची नजर रस्त्याकडून ई-मेलकडे वळली आणि परत रस्त्यावर पाहताना भीतीची एक प्रचंड मोठी लाट त्याच्या शरीरावर आदळली. कारण मेल वाचण्याच्या नादात त्याने चुकून आपल्या गाडीची लेन बदलली होती आणि त्याची गाडी मागून येणाऱ्या ट्रकवर आदळणार होती... ॲलेक्सने आपले स्टिअरिंग व्हील घट्ट धरून ठेवले... इतके घट्ट की, त्याची कार रस्त्याच्या मधल्या दुभाजकावर जाऊन जोरात आदळली आणि हवेत उडी मारल्याप्रमाणे किंचित वर उचलली जाऊन परत जमिनीवर आपटली आणि वेडीवाकडी घसरत गेली आणि त्या हादऱ्याने ॲलेक्स गाडीत जागच्या जागी उंच उचलला जाऊन आडवातिडवा झाला. गाडीच्या काचा फुटून त्यांना सतरा ठिकाणी तडे गेले. इतक्यात त्याच्या छातीवर कशाचा तरी जोरात आघात झाला... आणि त्यामुळे त्याला श्वास घेणेसुद्धा कठीण झाले. त्याच्या सभोवताली असलेल्या एअर बॅग्ज फुटल्यामुळे त्यातील धूर त्याच्या

नाकातोंडात जाऊन त्याला गुदमरल्यासारखे वाटू लागले आणि छातीतही जळजळ होऊ लागली.

अर्धवट जागृत व अर्धवट बेशुद्ध अवस्थेत ॲलेक्स मनोमन देवाला विनवणी करू लागला. 'देवा, मला इतक्यात मरायचे नाही...' पण त्याचे शब्द त्यालाच ऐकू येत नव्हते. सीट बेल्ट चाचपून पाहण्यासाठी त्याने हात हालवण्याचा प्रयत्न केला आणि त्याला जाणवले की, आपल्याला हात हालवताच येत नाहीये. आपण स्टिअरिंग व्हिलवर आदळलो गेलो आहोत, की उलटेपालटे झालो आहोत, हे समजण्याइतके भानही त्याच्याजवळ नव्हते. त्याच्या सर्व जाणिवा बोथट झाल्या होत्या, तरीही तशा अवस्थेत त्याच्या तोंडातून शब्द बाहेर पडले, 'हे देवा, मला मदत कर...'

इतक्यात त्याला कुणाचा तरी आवाज ऐकू आला. कुणाचा हा आवाज? देवाचा तर नाही? त्याच्या अर्धवट शुद्धीवर असलेल्या मनाने विचारले.

''तो जिवंत आहे...'' कुणीतरी म्हणाल्याचे ॲलेक्सने ऐकले.

''अरे मित्रा...'' दुसरे कुणीतरी बोलले. दाढी असलेली एक व्यक्ती ॲलेक्सच्या पुढ्यात येऊन बोलत होती. ॲलेक्सला त्याचा चेहरा अंधूकपणे दिसत होता.

''मित्रा... तू बरा होणार आहेस... तुला हॉस्पिटलमध्ये न्यायला कोणीतरी येईलच इतक्यात... पण तू अगदी चिवटपणे झुंज दिलीस,'' ती व्यक्ती ॲलेक्सला म्हणत होती. नंतर ती व्यक्ती दुसऱ्या कुणालातरी म्हणाली, ''त्याने फक्त अजून चिकाटीने झुंज देत राहिले पाहिजे.''

लांबून कुणीतरी म्हणाले, ''त्या गाडीतल्या माणसाचे अगदी वाटोळे झाल्यासारखे वाटते आहे.''

अर्धवट जागृत, अर्धवट शुद्ध हरपलेल्या अवस्थेत 'अरे देवा!' असे म्हणत ॲलेक्स दुःखाने शेवटचा विव्हळला. कुठूनतरी ॲम्ब्युलन्सचा भोंगा वाजला अन् शुद्ध हरपून त्याने डोळे मिटले... यूएचएसमध्ये जाण्यापूर्वी अशी अवस्था व्हावी हे त्याला खचितच मान्य नव्हते.

☆

ॲलेक्सला परत जाग आली तेव्हा सगळीकडे पांढऱ्या रंगाचे साम्राज्य पसरले होते. 'मी मेलो तर नाही?' त्याने स्वतःला प्रश्न विचारला. पण त्या प्रश्नाला काहीच उत्तर मिळाले नाही. 'होय, मी मेलो आहे.' त्याची खातरी पटली. पण इतक्यात त्याच्या पुढ्यात असलेली डॉक्टरांची मशीन्स अन् त्याला लावलेल्या नळ्या त्याच्या नजरेस पडल्या अन् त्याची शुद्ध हरपली. त्यानंतरचे कितीतरी दिवस ॲलेक्स

बेशुद्धावस्थेतच होता. जाणिवा आणि वेदनांच्या पलीकडे...! मध्येच कधीतरी अर्धवट जागृतावस्थेत त्याला आपण हवेत तरंगत असल्याचा भास होई, तर काही वेळा त्याला होणाऱ्या असह्य वेदनांनी त्याला कळवळायला व्हायचे.

त्या वेळी रॅशेल प्रत्येक क्षणाला त्याच्या सोबत होती. ती त्याच्या अंथरुणाच्या बाजूलाच बसलेली असायची आणि अगदी तिच्या आईप्रमाणेच दिसायची. किती साम्य होते दोघींच्या चेहऱ्यांत! तिच्या आईच्या कपाळावर नेहमी काळजीमुळे पडणारी एक सूक्ष्म अठी दिसे, अगदी तश्शीच अठी रॅशेलच्या कपाळावरही होती. तिने बांधलेल्या पोनीटेलमधून तिच्या तांबूस चॉकलेटी केसांच्या बटा चुकारपणे नेहमी बाहेर येत व कपाळावर अस्ताव्यस्त पसरत.

''रॅशेल,'' असे म्हणत ॲलेक्सने जेव्हा तिला मोठ्या आवाजात हाक मारली तेव्हा ती त्याच्या बाजूलाच बसली आहे, हे त्याच्या लक्षात आले नाही.

''डॅडी, मी इथेच आहे... तुमच्याजवळ,'' ॲलेक्सजवळ सरकत त्या गोड चेहऱ्याच्या मुलीने म्हटले. पण आता तिचा चेहरा काळजीने झाकाळून गेलेला दिसत होता.

तितक्यात ॲलेक्सची शुद्ध परत हरपली. रॅशेल त्याच्या जाणिवेतून दूर कुठेतरी निघून गेल्यासारखे त्याला वाटले. काही वेळाने तो परत भानावर आला तेव्हा तो निदान दोन शब्द बोलेपर्यंत तरी भानावर होता.

''ओह डॅड!'' रॅशेलने म्हटले.

त्या क्षणी ॲलेक्सला ती एखाद्या देवदूताप्रमाणे भासली. ''सोनुल्या, मी इथे केव्हापासून आहे?'' तो म्हणाला.

''तुम्ही काही दिवस शुद्धीवर नव्हता डॅड... तुमच्यावर शस्त्रक्रिया करण्यात आली. मी खूप घाबरले होते.''

ॲलेक्सने एक मंद स्मितहास्य केले.

काळजीमुळे रॅशेलने भुवया ताणल्या आणि ती म्हणाली, ''डॅड, ते तुम्हाला इथे आणखी काही दिवस ठेवणार आहेत. डॉक्टर म्हणाले, याहून अधिक भयानक प्रकार घडू शकला असता आणि तुमच्या कारची अवस्था तर बघण्यासारखीही नाही... पण तरीही डॅड, तुम्ही जिवंत आहात ही सर्वांत आनंदाची गोष्ट आहे. तुम्ही माझे सर्वस्व आहात डॅड.'' असे म्हणत रॅशेलने हाताला लावलेल्या सलाइनच्या नळीला धक्का न लावता, हळुवारपणे वडिलांच्या मनगटाला स्पर्श केला आणि म्हणाली, ''डॅड तुम्हाला आठवतंय का? मॉम गेल्यानंतर मी म्हणाले होते की, मी इथून पुढे हॉस्पिटलमध्ये चुकूनसुद्धा पाऊल टाकणार नाही.''

ती काय म्हणाली ते ॲलेक्सने अर्धवट ऐकले. आपल्याला झालेल्या अपघाताचे चित्र, दिवसा पडणाऱ्या दिवास्वप्नांपेक्षा अधिक स्पष्टपणे त्याच्या नजरेसमोर आले. अपघाताच्या वेळचे ते वादळ, तो ट्रक, त्याचा ब्लॅकबेरी फोन व यूएचएसबरोबर

ठरलेली भेट हे सर्व काही त्याला आठवले.

छताकडे एकटक बघत तो म्हणाला, "हो, मला सारं काही आठवतयं. माझी एक मीटिंग ठरली होती... आणि माझा फोन? माझा फोन कुठे आहे आत्ता? मला तो हवाय," ॲलेक्स काकुळतीने म्हणाला.

रॅशेल त्याच्याकडे एकटक पाहत राहिली. तिच्या तोंडाचा आ वासला गेला. एक अनामिक वेदना तिच्या उरी दाटून आली आणि त्या वेदनेने तिचा चेहरा काळवंडला. "ब्लॅकबेरी? तुमचा फोन हवाय तुम्हाला?"

"होय... मला फोन करायचे आहेत, माहिती घ्यायची आहे आणि माझ्या भेटीची वेळ नव्याने ठरवायची आहे...."

रॅशेलचे डोळे भरून आले. आपले अश्रू बाहीला पुसत ती म्हणाली, "डॅड, तुम्ही अजूनही कामातच अडकला आहात... तुम्हाला फक्त कामांचीच काळजी आहे." तिने परत एकदा आपले डोळे पुसले आणि आपले दप्तर उचलून घेत ती म्हणाली, "डॅड, मी निघते. तुम्हाला भेटायला थोड्या वेळाने परत येईन."

"रॅशेल, मी..." ॲलेक्स तिच्या मागोमाग जाऊ शकला नाही.

तितक्यात एक परिचारिका आत आली. ॲलेक्सबद्दलचा वैद्यकीय माहितीचा तक्ता पाहत तिने म्हटले, "तुम्ही जागे आहात ना मि. बेकले?" मग त्याच्याजवळच्या मशीनकडे नजर टाकत तिने त्या तक्त्यावर काहीतरी लिहिले आणि ती म्हणाली, "आता तुम्हाला कसं वाटतयं?"

रॅशेल ज्या खुर्चीवर बसली होती त्या खुर्चीकडे एकटक पाहत ॲलेक्स म्हणाला, "खूप दुखतयं."

परिचारिकेने त्याच्या सलाइन लावलेल्या शीरेमध्ये कसले तरी इंजेक्शन दिले आणि त्यानंतर ॲलेक्सच्या सर्व जाणिवा पुन्हा हरवल्या.

☆

त्यानंतर ॲलेक्सच्या भेटीला आला तो त्याचा मुख्य कार्यकारी अधिकारी! त्याचे नाव होते केविन जॉर्डन! तो पूर्वीचा व्यावसायिक फुटबॉलपटू होता अन् त्याच्याकडे पाहिल्यावर एकंदरीत असे वाटे की, तो त्याच्या व्यवसायापेक्षा तो स्वत:च्या गणवेषालाच अधिक महत्त्व देत आहे. ॲलेक्स जेव्हा पुन्हा जागा झाला तेव्हा केविन त्याच्या पायापाशी उभा होता. केविनने त्याच्याकडे पाहून स्मितहास्य केले, त्याबरोबर त्याच्या चेहऱ्यावरच्या सुरकुत्या त्याच्या केस भादरून गुळगुळीत केलेल्या डोक्यापर्यंत मागे सरकल्यासारख्या वाटल्या.

"तू यूएचएसच्या रुग्णालयापर्यंत पोहोचू शकलास ही खरेच चांगली गोष्ट

आहे. पण आता जखमींच्या राखीव यादीमध्ये तुझे नाव अधिकृतरीत्या दिले आहे.''

ॲलेक्स त्याच्याकडे पाहत हसला आणि म्हणाला, ''ही मजेची गोष्ट आहे... पण केविन, आत्ता तू इथे आहेस ही माझ्यासाठी खूप आनंदाची गोष्ट आहे.''

ॲलेक्स बेकले मेडिकलचे नेतृत्व हाती घेताना, मुख्यत्वे केविनने त्याला मार्गदर्शन केले होते. पण कंपनीचे नेतृत्व करण्याचा त्याचा मार्ग मात्र ॲलेक्सपेक्षा अगदी वेगळा होता आणि त्याबाबतीत ॲलेक्सशी तो सहमत होत नसे. ''अरे, या कंपनीत या पद्धतीने काम केले जात नाही,'' असे म्हणत तो आपला विरोध दर्शवी. असे असले तरी तो ॲलेक्सला शक्य होईल तितकी मदत करत असे. त्या दोघांमध्ये मैत्रीचा एक आगळा बंध निर्माण झाला होता.

''तुझ्या कामांची जबाबदारी आता दुसऱ्यांवर सोपवली गेली आहे.'' केविन म्हणाला. तरीपण त्याने ॲलेक्ससाठी एक नवा कोरा ब्लॅकबेरी मोबाईल आणला होता. नवेपणाने चमकत असलेला तो ब्लॅकबेरी सर्व जरुरी प्रोग्राम घालून वापरासाठी तयार होता. ''सांभाळून वापर हं!'' केविन विनोदाने म्हणाला.

मग त्याचा स्वर गंभीर होत गेला आणि तो म्हणाला, ''ॲलेक्स, या अपघातातून तू अगदी हळूहळू बरा होणार आहेस.'' मग क्षणभर बोलायचे थांबून तो पुन्हा म्हणाला, ''मी आणि डॅन तुझ्याबद्दल बोलत होतो... डोंट वरी! काळजी करण्यासारखे काही नाही आणि तुझ्या डोक्यावरून जाईल असेही मी काही बोलणार नाही. पण आम्हा दोघांना काहीतरी उपाय सुचला आहे.''

ॲलेक्स थोडा घाबरला अन् गोंधळलाही. ''सांग काय उपाय आहे,'' तो म्हणाला.

''डॅनचा आणि माझा एक चांगला मित्र आहे, जो सल्लागार म्हणून काम करतो. आणखी एक गोष्ट म्हणजे, तो तुझ्या वडिलांच्या महत्त्वाच्या सल्लागार मंडळींपैकी एक आहे. तुला त्याच्याबद्दल माहीत असणे शक्य नाही कारण तू जेव्हा 'बॅक ईस्ट' भागात काम करत होतास, तेव्हा आमची व त्याची ओळख झाली; पण तुझी त्याच्याशी भेट होऊ शकली नाही.''

ते ऐकून ॲलेक्स जरासा अवघडल्यासारखा झाला. त्याला कुठल्याही सल्लागार व्यक्तीची गरज वाटत नव्हती. 'जुन्या विचारसरणीने व्यवसायातील उदाहरणांचा अभ्यास करणाऱ्या मंडळींपैकी कुणीतरी एखादा असेल,' असे त्याने मनातल्या मनात म्हटले. तो विचारात पडला. काही क्षण नीरव शांततेचे गेले. ॲलेक्सच्या मनात एकदमच कामाच्या ठिकाणी उत्तम कामगिरीसाठी त्याला कसे झगडावे लागते आहे आणि त्याचवेळी आपल्या सहवासासाठी रॅशेल कशी आसुसलेली असते, या दोन्ही गोष्टी घिरट्या घालू लागल्या. त्याच्या मनात आले की, व्यवसायासाठी आपण मदत घेतली, तर कदाचित आपण घरच्या व्यक्तींबरोबरचे संबंध सुधारू शकू!

ॲलेक्सने मान हलवून आपली संमती दर्शवली आणि म्हणाला, ''चालेल. त्याला फोन कर. मला त्याची मदत उपयोगी पडेल असे वाटते. थँक्स केविन!''

ॲलेक्सच्या नवीन फोनवरूनच केविनने त्या सल्लागाराला, क्विन मॅक्डगॉलला फोन लावला. ॲलेक्सलाही संभाषण ऐकू यावे म्हणून त्याने स्पीकरचे बटण चालू केले. क्विनचा आवाज ऐकल्याबरोबर केविनच्या चेहऱ्यावर स्मित झळकल्याचे ॲलेक्सच्या लक्षात आले. क्विनचा स्वर आनंदी होता... तो कदाचित स्कॉटिश असेल... पण ॲलेक्सला तशी खातरी नव्हती.

केविन म्हणाला, ''क्विन, माझ्या बॉसशी... ॲलेक्सशी तुझी ओळख करून देतो... तो रूस बेकलेचा मुलगा आहे बरं का!''

स्पीकरवरच्या व्यक्तीने एका लकबीमध्ये शब्दोच्चार करत ॲलेक्सला म्हटले, ''तुला भेटताना खूप आनंद होतो आहे, ॲलेक्स! तुझ्या यशस्वी कामगिरीबद्दल तुझ्या वडिलांकडून मी खूप काही ऐकले आहे. त्यांना तुझ्याबद्दल केवढा अभिमान होता! मी तुला कशी मदत करू ते सांग.''

ॲलेक्सने आपल्याला झालेल्या अपघाताविषयी व कंपनीच्या संचालक मंडळाच्या नाखुषीबद्दल सांगितले आणि आपल्या मुलीबद्दल वाटणारी चिंतासुद्धा व्यक्त केली. त्याच्या तोंडातून अनपेक्षित शब्द बाहेर पडत होते. तितक्यात केविनने त्याचा निरोप घेतला. ॲलेक्स अजूनही क्विनशी भावनावेगाने भरून बोलत होता. आपले बोलणे झाल्यावर क्षणभर थांबून त्याने विचारले, ''तू मला मदत करू शकशील असे तुला वाटते का?''

एक क्षणभर क्विनही काहीच बोलला नाही. मग तो हळूच म्हणाला, ''कदाचित...'' आणि या बाबतीत आपल्याला बरेच काही बोलता येईल हे दर्शवण्यासाठी त्याने म्हटले, ''आपण एकत्र भेटून बोलू शकतो का?''

आपल्या पायावर चढवलेल्या प्लास्टरकडे पाहत ॲलेक्स म्हणाला, ''त्यासाठी तुला माझ्याकडे यावे लागेल.''

''नक्की येईन, पण दरम्यान अपघातांतून वाचून तुला जीवदान मिळालेल्या आयुष्याच्या दुसऱ्या संधीचा उपयोग कसा करशील? याबद्दल जरा विचार करून ठेव.''

रुग्णालयातून बाहेर आल्यानंतर केविन सरळ डॅन मायर्सच्या ऑफिसमध्ये गेला. डॅनच्या मदतनिसाने केविन आल्याची वर्दी तिच्या बॉसला, डॅनला दिली. एका बाजूला प्राचीन, अद्‌भुत प्रकारची शेकोटी अन् तिच्या सभोवताली पायापासून ते

छतापर्यंत उंच असलेल्या पुस्तकांची शेल्फ असे डॅनच्या ऑफिस रूमचे स्वरूप होते. कंपनीचे संस्थापक रूस बेकले वापरत असल्यापासूनच्या काळातल्या एका जुन्या फॅशनच्या टेबलामागे डॅन बसला होता. आपल्या रुपेरी फ्रेमच्या चष्म्यातून दिसणाऱ्या त्याच्या भेदक निळ्या डोळ्यांनी केविनकडे रोखून पाहिले.

"मला बोलवल्याबद्दल धन्यवाद!" केविन म्हणाला. "ॲलेक्सच्या बाबतीत आपण आशा ठेवू शकतो असे मला वाटते आहे."

डॅनच्या भुवया उंचावल्या. हातांची घडी घालत आणि खुर्चीवर मागे रेलत तो म्हणाला, "तुला खरेच तसे वाटते आहे का?"

"मला तसा विश्वास आहे. मी आत्ताच ॲलेक्सचे क्विनशी बोलणे करून दिले. डॅन, त्याला अजून एक संधी दे... तो बदलू शकेल."

डॅनने आपल्या चष्म्याच्या काचा पुसत म्हटले, "मी या बद्दल विचार करेन. पण जर क्विनबरोबर काम करूनसुद्धा काही उपयोग होत नाही असे दिसले, तर त्याच्याबाबतीत कोणाचीही मदत उपयोगी ठरणार नाही. पण निदान आत्ता तरी मी तुझ्याशी सहमत होतो आहे." खोलीत कोणीच नसल्याप्रमाणे शून्यात नजर लावल्याप्रमाणे डॅन म्हणाला.

# नव्याने सुरुवात

क्विन मॅक्डगॉल जेव्हा रुग्णालयातल्या ॲलेक्सच्या खोलीत पोहोचला तेव्हा ॲलेक्स उशांच्या आधाराने बसला होता आणि भावशून्य नजरेने मॉनिटरकडे पाहत होता. निळ्या रंगाच्या प्लास्टरमध्ये त्याचा उजवा हात अडकवला होता आणि बेकले मेडिकलने बनवलेल्या, ऑक्टोपससारख्या दिसणाऱ्या, एका चित्रविचित्र यंत्राला त्याचा चिरडला गेलेला डावा पाय जोडला होता. त्याच यंत्राला लॅपटॉपही जोडला गेला होता. 'ही तर आपल्याकडच्या यंत्रांची मूळ प्रतिकृती दिसते' असा विचार क्विनच्या मनात आला. मग ॲलेक्सचा उजवा हात हातात घेऊन तो हळुवारपणे दाबत त्याने विचारले, "तूच ॲलेक्स बेकले ना? मी क्विन मॅक्डगॉल. आता कसं वाटतयं तुला?"

ॲलेक्सने त्याला निरखून पाहिले. त्याचे केस धुराच्या वेटोळ्यांप्रमाणे विरळ अन् पांढरे होते आणि चेहरा लालबुंद, आरोग्याचे तेज असलेला! त्याच्या ओठांच्या कोपऱ्यात हसू होते. क्विन त्याला उगाचच ओळखीचा वाटला.

त्याच्याकडे पाहत ॲलेक्स म्हणाला, "पूर्वीपेक्षा बरे! वेदनाशामक औषधांचा परिणाम."

ॲलेक्सच्या कॉटला लागून असलेल्या खुर्चीवर क्विन विराजमान झाला आणि मग त्या दोघांच्या त्या अपघाताविषयी आणि रुग्णालयाविषयी गप्पा सुरू झाल्या. बोलण्याच्या ओघांत ॲलेक्सला समजले की, क्विन लहान असताना, त्याचे दोन्ही पाय मोडले होते आणि तो एका उन्हाळ्यात अंथरुणाला खिळून राहिला होता. "मृत्यूशी जवळून दिलेली माझी स्वत:ची झुंज होती ती!" क्विन सांगत होता. मग तो म्हणाला, "त्या काळात मी अखंडपणे वाचन करत होतो आणि त्यातले आवडलेले उतारे लक्षात ठेवण्याचा प्रयत्न करत होतो. अन् तेव्हाच माझ्या लक्षात आले की माझी स्मरणशक्ती अफाट, अचाट आणि असामान्य आहे. तिच्या जोरावरच मी ऑक्सफर्डमध्ये प्रवेश घेतला आणि यू.एस.ए.मधल्या एका चांगल्या बिझनेस स्कूलमध्ये दाखल झालो.

माझ्या करिअरची सुरुवात 'मॅक्किनले पार्टनर्स' या कंपनीमधून झाली. त्या वेळी ती यशस्वी होण्यासाठीच्या डावपेचांबाबत मार्गदर्शन व सल्लामसलत करणारी जागतिक पातळीवरची अग्रणी संस्था म्हणून पुढे येत होती. मी अजूनही मॅक्किनलेच्या संचालक मंडळावर कायम आहे; परंतु बॉब बफोर्ड याने त्याच्या 'हाफटाईम' या पुस्तकात म्हटल्याप्रमाणे मी माझी उत्तरार्धातली भूमिका करतो आहे. मी मूठभर अधिकारी व त्यांच्या कंपन्यांसाठी सल्लागार व विशेष तज्ज्ञ सल्लागार म्हणून काम पाहतो.''

''पण ॲलेक्स तुझे काय?'' क्विनने विचारले.

''क्विन, तू फोनवर सांगितलेल्या गोष्टीप्रमाणे अपघातात जीवदान मिळून परत नव्याने जीवन सुरू करताना दुसऱ्यांदा मिळालेल्या या संधीचा उपयोग कसा करायचा, याबाबत मी विचार करत राहिलो आहे.'' ॲलेक्स उत्तरला.

''छान! पुढे?''

''मला स्वत:ला बदलावे लागेल. मी जे काही करतो ते अतिशय उत्कटतेने, भावनावेगाने करतो; पण त्यामुळे मला आणखीनच अस्वस्थ वाटते, दमायला होते आणि इतरांपासून वेगळा, एकटा पडल्याची भावना निर्माण होते.''

क्विन एकटकपणे ॲलेक्सकडे पाहत होता. त्याच्या भेदक नजरेमुळे ॲलेक्स जरा विचलित झाला आणि अवघडलाही! पण तरीही तो पुढे बोलू लागला – ''घरी किंवा कामाच्या ठिकाणी मी मला हवा तसा परिणाम साधू शकलो नाही, शकतही नाही. घरच्या मंडळींकडून 'मी थोडासा स्वकेंद्रित आहे' अशा आशयाचे शेरे ऐकायला मिळतात... बस्स! मला इतकचं सांगायचं आहे.''

''घरच्यांबरोबर तुझे संबंध कसे आहेत?''

''फारसे चांगले नाहीत. अपघाताच्या निमित्ताने त्यात थोडासा फरक झाला इतकेच! जर मला दुसऱ्यांदा संधी मिळाली, तर तिचा उपयोग मी माझ्यासाठी कमी; पण माझ्या मुलीसाठी, कंपनीसाठी, कर्मचाऱ्यांसाठी, ग्राहकांसाठी आणि इतरांसाठीही करेन. असे असले, तरीही तू माझ्या मदतीला पुढे येशील?'' ॲलेक्सने थोडेसे संकोचत विचारले.

क्विनची नजर अजूनही ॲलेक्सवर रोखलेली होती. कसलेही आढेवेढे न घेता तो लगेच ॲलेक्सला म्हणाला, ''होय, नक्कीच! अगदी नक्की मदत करेन.'' मग आपल्या खुर्चीवर मागे रेलत तो ॲलेक्सला म्हणाला, ''अजून काहीतरी बोल... जे तुला खरेच सांगायचे आहे ते...''

''माझी झुंज सुरू आहे... सगळीकडे. कंपनीत, माझे मुलीबरोबरचे संबंध सुधारावेत यासाठी...'' त्याने डोळे मिटले. रॅशेल त्याच्या खोलीतून बाहेर निघून गेली ते दृश्य त्याच्या डोळ्यासमोर आले. ती परत भेटायला आली नव्हती.

"माझे वडील एकाएकी हे जग सोडून गेले आणि आम्हाला एकमेकांना समजून घेण्यास वेळच मिळाला नाही. माझी मुलगीही माझ्यावर नाराज आहे, रागावली आहे. मला वाटले होते की, एक वडील आणि एक अधिकारी म्हणून कसे वागायचे हे मला माहीत आहे; पण मी जे-जे उपाय करण्याचे प्रयत्न करतो, ते सर्व निष्फळ ठरतात... आणि जितका अधिक प्रयत्न करतो, तितक्या गोष्टी अधिकच बिघडतात. माझ्या वडिलांनी ही कंपनी सुरू केली आणि मला ती चांगल्या रीतीने चालू ठेवायची आहे. पण तरीही आमची कामगिरी सुधारण्याऐवजी खराबच होत चालली आहे. या बाबतीत उपायासाठीच्या काही कल्पना सुचत असतील तर सांग."

"होय," खुर्चीतून पुढे झुकत क्विन म्हणाला. "त्या आधी मला तुला एक गोष्ट सांगावीशी वाटते. ऐकणार?"

"हो, नक्कीच!" ॲलेक्स म्हणाला.

"ही माझ्या आधीच्या कंपनीतली गोष्ट आहे. माझ्या असे लक्षात आले होते की, ग्राहकवर्ग वाढवण्याच्या कामी, मदतीसाठी आम्ही तयार केलेल्या स्ट्रॅटेजी म्हणजे कृतियोजना कुठेही यशस्वीरीत्या वापरल्या जात नाहीत. मग ही माहिती घेऊन मी आमच्या फाईल्सचे विश्लेषण करणे सुरू केले. ज्या ग्राहकांनी आमच्या योजना वापरल्या होत्या, पण ते अयशस्वी ठरले होते किंवा ज्यांनी या योजना पूर्णपणे कार्यान्वित केल्या नाहीत, अशा ग्राहकांशी पूर्वनियोजित भेट घेऊन त्यांच्याकडून माहिती घेतली आणि ती बाजूला ठेवली. त्या माहितीचे अहवाल इतक्या मोठ्या प्रमाणात माझ्या टेबलवर जमले की, त्यांचा एक ढीगच तयार झाला. नंतर तो ढीग मला जमिनीवर ठेवावा लागला, कारण त्याची उंची वाढायला लागली. मग माझ्या टेबलावर आमच्या योजना वापरून ज्या कंपन्यांची कामगिरी हळूहळू सुधारत होती अशा कंपन्यांच्या अहवालांची चळत ठेवली."

क्विन खुर्चीवरून उठला आणि खोलीत येरझाऱ्या घालू लागला. दोन प्रकारच्या अदृश्य ढिगांकडे बोट दाखवत तो म्हणाला, "मी त्या ढिगांची खोलवर तपासणी केली." एव्हाना ॲलेक्सलाही त्या दोन प्रकारच्या ढिगांतील तफावत लक्षात आली होती.

क्विन पुढे सांगू लागला... "ज्या कंपन्यांची कामगिरी उत्तम होती, त्या खरोखरच उल्लेखनीय होत्या! त्यांच्या कामगिरीतून त्यांचा पराक्रम प्रतीत होत होता. या सर्व कंपन्यांत एक गोष्ट मात्र सारखीच होती, ती म्हणजे 'उदात्त ध्येय किंवा उद्देश आणि तो सफल करण्यासाठी केलेली साजेशी उत्कृष्ट कामगिरी.' या कंपन्यांनी हे सारे कसे साध्य केले त्याचा मला अभ्यास करावा लागणार होता, म्हणून मी आमच्या कंपनीला मला काही दिवसांची सुटी मंजूर करण्याची विनंती केली. माझ्या भागीदारांनी मला हवा असलेला कालावधी देण्याचे मान्य केलेदेखील!

पण एका अटीवर की, या कालावधीत मला जे काही शिकायला मिळेल त्याची माहिती मी कंपनीला सादर करायची. मग एक वर्षाहून अधिक काळ मी त्या कंपनीच्या कामांवर संशोधन केले... नव्हे, 'अधिक चांगले काम व भव्य कामगिरी' या त्यांच्या साहसी मोहिमेमध्ये मी स्वत:ला सामील केले आणि त्यांच्याबरोबरच काम करायला सुरुवात केली.''

''साहसी मोहीम?'' ॲलेक्सने विचारले.

''होय. आणि त्या वेळपर्यंत माझी अन् तुझ्या वडिलांची भेट झाली होती.''

''त्यावेळीही 'बेकले मेडिकल कंपनी' एक यशस्वी कंपनी म्हणून ओळखली जात होती का?''

''फारशी नाही,'' क्विन म्हणाला. ''पण ती तितक्या वाईट परिस्थितीतही नव्हती. बेकलेना आपल्या कंपनीला अजून वरच्या स्तरावर नेऊन ठेवता येत नव्हते. कंपनी चांगली होती... अजूनही चांगलीच आहे. पण तिने 'उत्कृष्ट किंवा भव्यदिव्य कामगिरी' मात्र दाखवली नव्हती. तुझे वडील रूस आणि मी चांगले मित्र बनलो आणि मी उदात्त उद्देश आणि उत्कृष्ट कामगिरी करणाऱ्या संस्थांबाबत माझ्या संशोधनातून मिळालेली माहिती त्यांच्यासमोर ठेवली. त्या वेळी त्यांना ही माहिती ऐकून खूप बरे वाटले. कारण त्यांच्या कंपनीच्या प्रगतीचा आलेख वर जात नव्हता आणि तुझे वडील काहीतरी वेगळे प्रयत्न करण्यास तयार होते.''

ॲलेक्सला दिल्या जात असलेल्या औषधांमुळे तो थोडा गुंगीत असल्यासारखा होता, पण त्याही अवस्थेत त्याला जाणवले की, एकाएकी क्विन स्वत:ला शांतचित्त ठेवायचा खूप प्रयत्न करतो आहे.

''तुझे वडील माणूस म्हणून खूप चांगले होते – आणि माझे चांगले मित्रही! पण आम्हाला आमचा मार्ग पूर्णपणे अमलात आणण्याइतका वेळच मिळाला नाही... तुझे वडील आजारी झाले आणि आजाराची लक्षणे फारशी गंभीर नसतानाही त्यांनी डॉक्टरांना जालीम उपचार करण्यास भाग पाडले. त्यांना आशा होती की, तू परत येऊन त्यांना कामात मदत करशील. रूसला अजूनही खूप काही करायचे होते.''

''मला माहिती आहे,'' ॲलेक्स म्हणाला. ''खरे सांगायचे झाले, तर त्यासाठीच मी परत यायला तयार झालो. आता मला कंपनीला पुढे न्यायचे आहे... त्यांनी जिथे कंपनीला सोडले तिथून पुढे...! पण त्याऐवजी मी कंपनीला खालीच नेतो आहे... म्हणूनच तुझ्याकडे काही वेगळा मार्ग असेल, तर त्याबद्दल ऐकायला मी तयार आहे, क्विन!''

''केवळ सांगण्यापुरती मदत न करता मी तुला आणखी मदत करायलाही तयार आहे, ॲलेक्स. मी तुला तो मार्ग शिकायला आणि बेकलेसाठी अमलात

आणायलाही मदत करेन.''

तितक्यात दोन परिचारिका आत आल्या आणि त्यांनी अलगदपणे ॲलेक्सला पोटावर झोपवले. आश्चर्य म्हणजे ॲलेक्स त्या स्थितीत झोपला असताना क्विन जमिनीवर बसला आणि त्याने आपले बोलणे चालू ठेवले.

तो सांगू लागला, ''उदात्त हेतू किंवा उद्देश आणि तो सफल करण्यासाठी केलेली साजेशी उत्कृष्ट कामगिरी करणाऱ्या कंपन्यांच्या फाईल्समध्ये 'वेगळी नेतृत्वशैली वापरून तुमच्या स्पर्धकांहून पुढे जाण्यासाठीच्या कृतियोजना अमलात आणण्यासाठी वापरण्यात येणाऱ्या पाच महत्त्वाच्या आचरण पद्धती' किंवा त्यांना पाच रीतीही म्हणता येईल... मला सापडल्या आणि त्या दाखवण्यासाठी मी 'चांदणी' या बोधचिन्हाचा वापर केला. चांदणीवरचे पाच बिंदू हे त्या पाच आचरणपद्धती किंवा रीती दर्शवतात.''

क्विन उठला. त्याने ॲलेक्सच्या जेवणाच्या ट्रेमध्ये असलेला एक कागद उचलला आणि जमिनीवर ठेवून त्यावर चांदणीचे चित्र काढले.

''ॲलेक्स तू जेव्हा बरा होशील ना, तेव्हा मी तुला या पाच आचरणपद्धतींचा वापर तुझ्या कंपनीत आणि तुझ्या व्यक्तिगत आयुष्यात कसा करायचा, ते सांगेन.''

''माझ्याप्रमाणेच मी आमच्या कंपनीलाही कदाचित वरून खाली आणले आहे, पण म्हणून 'मी एक कैदी आहे' असे समजून तू कुठलाही मार्ग सुचवू नकोस,'' ॲलेक्स नाखुषीने म्हणाला.

''मी तुझ्याकडून जे काही ऐकले आहे त्याबाबत म्हणशील, तर तू म्हणतोस ते खरे आहे.'' क्विनने कबूल केले.

काही क्षण ॲलेक्स काहीच बोलला नाही. क्विनच्या कबुलीमुळे त्याला थोडा धक्का बसला होता. तरीपण स्वत:ला सावरत तो म्हणाला, '''डॅड एक पारंपरिकपणे काम करणारे उद्योजक आणि शूर लढवय्ये होते. त्यांना काहीतरी नवीन करून बघायचे असेल, याची मला कधी कल्पनाच आली नाही.''

''बोस्टन सोडल्यानंतर आमच्या दोघांत कधी विशेष संवाद घडलाच नाही,''

ॲलेक्स शरमेने म्हणाला. ''मला आता असे वाटते की, मी त्यांच्याबरोबर नेहमी संपर्कात नव्हतो अन् त्यांच्याशी वरचेवर संवादसुद्धा साधू शकलो नाही... पण मला आता त्याचा पश्चात्ताप होतो आहे... अन् माझ्या खर्चिक वृत्तीचाही!''

क्षणभर थांबून ॲलेक्सने पुन्हा क्विनने काढलेल्या चांदणीकडे पाहिले. अचानक त्याला काहीतरी आठवले... ''डॅडनेसुद्धा एकदा माझ्यासाठी चांदणी काढली होती.'' तो म्हणाला. ''डॅड म्हणाले होते, मी 'एखाद्या गोष्टीचा अर्थ आणि हेतू' याबाबत शिकतो आहे. त्या वेळी मी त्याबद्दल फारसा विचार केला नव्हता... पण क्विन, मला अजूनही शंका वाटते की, तू मला मदत करायला का तयार आहेस ते?''

''हे माझ्या व्यक्तिगत आयुष्यातले महत्त्वाचे ध्येय आहे, मी यासाठीच जगतो आहे म्हण ना!'' क्विनने उत्तर दिले.

दूरवर नजर लावत ॲलेक्स म्हणाला, ''मी कशासाठी जगतो आहे हेच मला माहीत नाही.''

''बरं तर! सुदैवाने आपली सुरुवात तिथूनच होते...'' क्विनने पुन्हा एकदा चांदणीचे चित्र हातात घेतले आणि म्हणाला, ''पाच मार्गांमधली पहिली आचरणपद्धती म्हणजे स्वत:साठी एक असाधारण ध्येय ठरवणे!''

# असाधारण ध्येय

क्विनने चांदणीच्या पुढे काही शब्द लिहिले आणि तो कागद ॲलेक्सकडे सरकवला. ते शब्द होते :

**'असाधारण ध्येयासाठी वचनबद्ध व्हा.'**

"असाधारण ध्येय? कुणासाठीचे? माझ्यासाठी की कंपनीसाठी?" ॲलेक्सने विचारले.

"खरे तर दोघांसाठी," क्विन उत्तरला.

"तू जर बेकलेचे ध्येय आणि दूरदृष्टीबाबतच्या औपचारिक निवेदनांबद्दल बोलत असशील, तर मला त्याबद्दल माहिती आहे, कारण मी ती वाचली आहेत आणि ती खरोखरच खूप चांगली आहे."

"याचा अर्थ त्याहून गहन आहे, ॲलेक्स – असाधारण ध्येय हे दर्शवते की, तुमच्या ग्राहकांना, कर्मचाऱ्यांना आणि खरे तर सर्व जगालाच सर्वोत्तम असे काही देण्याची तुमची महत्त्वाकांक्षा आहे. पण ही केवळ व्याख्याच आहे. अशा व्यापक ध्येयपूर्तीसाठी कंपनीतल्या प्रत्येक व्यक्तीने आणि संघाने सर्वोत्तम योगदान देण्याची महत्त्वाकांक्षा ठेवली पाहिजे.

या पहिल्या आचरण पद्धतीमुळे तुम्हाला, तुमचे व्यावसायिक मूल्य अधिकाधिक

वाढवण्यासाठी तुम्ही कोणत्या व्यवसायात असला पाहिजेत, हे निश्चित करण्यासाठीच्या कृतियोजनांची चौकट तयार करायला मदत होते. यामध्ये तुम्हाला तुमचे 'मिशन' म्हणजे खास काम आणि 'व्हिजन' म्हणजे 'दूरदृष्टीला' नाव देऊन मोकळे होता येत नाही, तर त्यांच्या पूर्ततेसाठी वचनबद्ध व्हावे लागते व संघटितपणे प्रयत्न करावे लागतात... ज्यामुळे आपल्याला फरक घडवून आणता येतो.''

''मला जर आणखी नीट समजावून सांग ना, आपल्या 'मिशन आणि व्हिजन'पेक्षा ते असाधारण ध्येय वेगळे कसे आहे ते?'' ॲलेक्स म्हणाला.

''ठीक आहे, तुझी परवानगी असेल तर मी तुला काही उदाहरणे सांगतो, त्यामुळे ही गोष्ट तुला नीट समजेल.

'माझा एक ग्राहक, म्हणजे लोकांच्या आरोग्याची काळजी सर्वोत्तमरीत्या घेणारी जागतिक दर्जाची कंपनी' आहे. या कंपनीने ठरवलेले खास काम आणि दूरदृष्टी ही आहे की, तिच्या संपर्कात येणाऱ्या प्रत्येक व्यक्तीला 'शक्य होईल तेवढी सर्वोत्तम आरोग्यसेवा देणे!' जेव्हा कंपनीतील नेत्यांना त्यांच्या खऱ्या, असाधारण ध्येयांबाबत विचारले गेले, तेव्हा ती संपूर्ण संस्था बदलूनच गेली आणि अधिक चांगली बनली.''

ॲलेक्सने नीट सरळ बसण्याचा प्रयत्न केला. आपल्या प्लास्टर लावलेल्या हाताकडे पाहत तो म्हणाला, ''मला लिहिणे शक्य असते, तर मी हे जरूर लिहून काढले असते.''

क्विन स्मितहास्य करत म्हणाला, ''काळजी करू नकोस! मला असे वाटते की, ही कंपनी दाखवायला मी स्वतः तुला घेऊन जाईन. आपल्या असाधारण ध्येयपूर्तीसाठी झगडणे हा त्या कंपनीतील नेतृत्वासाठी एक ऐतिहासिक अध्याय होता असे म्हणता येईल.''

मग आपल्या जॅकेटच्या खिशातून एक कोरे कार्ड आणि एक सुंदर फाऊंटन पेन काढत क्विन पुढे बोलू लागला. ''या कंपनीसाठी ग्राहकांना उत्तम आरोग्य सेवा देणे हे महत्त्वाचे ध्येय होते आणि तरीही कंपनीला ते पुरेसे वाटले नाही. कंपनीच्या नेते मंडळींना वाटले की, आपल्याला याहून अधिक काही करता येईल. मग पुढे जाऊन त्यांनी एक असाधारण ध्येय ठरवले ते म्हणजे लोकांना आरोग्यपूर्ण ठेवणे, चांगल्या आरोग्याचे महत्त्व पटवून देणे आणि आजार झाल्यावर औषधोपचारांसाठी कंपनीकडे येण्याऐवजी मुळात ते आजार होऊ न देण्यासाठी प्रयत्नशील राहणे.''

मध्येच ॲलेक्सने विचारले, ''...पण यातून त्यांना पैसा मिळवता आला का?''

''अर्थातच! त्यांनी निश्चित केलेल्या असाधारण ध्येयामुळे त्यांची महत्त्वाकांक्षा जागृत झाली आणि आपल्या ग्राहकांना नवीन पद्धतीने सेवा देण्यासाठी त्यांनी तेव्हाच्या त्यांच्या व्यवसायाच्या धाटणीमध्ये फरक घडवून आणला. ग्राहकांना रोग

होऊ नये म्हणून प्रतिबंधक उपायांपासून ते रोग निवारणासाठीची उपचारपद्धती देऊन कंपनीला आपले उत्पन्न कसे वाढवता येईल हे त्यांनी शोधून काढले. अशा ध्येयामुळे त्यांना स्वत:चा शोध नव्याने लागला आणि तो अगदी थोड्याशा कालावधीतच! खरे तर असे म्हणता येईल की, ते लोकांना आरोग्यपूर्ण राहायला शिकवून आरोग्य सेवेवरचा खर्च योग्य दिशेने वळवत आहेत.''

क्विन ॲलेक्ससाठी त्या कार्डवर काही टिपा लिहू लागला. त्या पुढीलप्रमाणे होत्या :

- असाधारण ध्येय आपल्या खास कामाच्या म्हणजे मिशनच्या व दूरदृष्टीच्या (व्हिजनच्या) पलीकडे जाऊन आपली एक वेगळी ओळख निर्माण करते – व्यवसायाबद्दलच्या विस्तृत योजना तयार करण्यास मदत करते – ज्यामुळे नवीन मूल्ये अंगीकारणे, नवीन सेवा देणे, नवीन ग्राहक निर्माण करणे आणि अंत:स्फूर्तीने आरोग्यसेवा देता येईल अशा धाटणीच्या व्यवसायाची आखणी करता येते.
- योजनाबद्ध मार्ग अवलंबल्यामुळे संपूर्ण कामाच्या जागेची संरचना बदलली जाते. कर्मचाऱ्यांना एक नवीन ऊर्जा मिळाल्यासारखे वाटते आणि नावीन्यपूर्ण आरोग्यसेवा सर्वांपर्यंत पोहोचवणारे उदाहरण म्हणून त्याकडे बघण्याची मदत होते.

ॲलेक्सने खोदून-खोदून विचारले, ''आणखी इतर काही उदाहरणे सांगशील का?''

''नक्कीच. का नाही?'' क्विन म्हणाला. ''मला एक आर्थिक सेवा देणाऱ्या कंपनीचे उदाहरण माहीत आहे; जिने आपल्या मालमत्ता व्यवस्थापनाबद्दलचे आपले 'मिशन' आणखी व्यापक केले. या कंपनीने आपले असाधारण ध्येय आखून संस्थापन कार्यातील मदतनिसांच्या व त्यांच्या कुटुंबीयांच्या संपत्तीचे व्यवस्थापन, त्यांच्या वैयक्तिक मूल्यांची व ध्येयांची जपणूक करून अतिशय परिणामकारक रीतीने केले. यामुळे ती कंपनी, त्या ग्राहकांच्या मूल्यांशी सुसंगत अशा गुंतवणूक संधी हेरण्यात तरबेज झाली. संख्याशास्त्र, आर्थिक, मानवतावादी व नीतिमूल्यांवर आधारित दृष्टींतून आर्थिक नुकसानीच्या धोक्यांचे नियोजन कंपनीला अधिक चांगल्याप्रकारे करता आले. शिवाय कंपनीने तिचे ग्राहक मदत करत असलेल्या 'ना नफा' तत्त्वावर चालणाऱ्या सर्व संस्थांना कमी दराने आर्थिक सेवा देण्यास सुरुवात केली.''

''हे सारे ऐकून वाटते आहे की, हा तर व्यवसायाच्या बाहेर जाण्याचाच 'फॉर्म्युला' आहे!'' ॲलेक्सने शेरा मारला.

"तसे अजिबात नाही... उलट ही कंपनी आर्थिक उद्योगजगतातली एक सर्वांत जास्त यशस्वी कंपनी म्हणून नावारूपाला आली. आणखी एक उदाहरण एका लष्करी संस्थेचे आहे, जी आपल्याकडील साधनसंपत्तीचा उपयोग शाळा व पूल इत्यादी बांधण्यासाठी करते. या कंपनीतील कर्मचारी शांततेचे ध्येय उरी बाळगून त्याची पूर्ती करण्यासाठी लोकांशी मैत्रीयुक्त संबंध जोपासतात.

एका जैविक औषधनिर्मिती करणाऱ्या संस्थेने आपल्या लहानात लहान योजनेत महत्त्वाचे बदल घडवले कारण त्या संस्थेला, रोगाचे एकूण व्यवस्थापन करताना रुग्ण, खरेदीदार व पुरवठादार या सर्वांचे दृष्टिकोन विचारांत घेऊन एकात्मकरीत्या तयार केलेला मार्ग अवलंबायचा होता.

आता माझ्या आवडत्या उदाहरणाकडे वळतो. शहर रस्ता व वाहतूक विभागाचे उदाहरण आहे हे! रस्त्यावरच्या खड्ड्यांपासून ते आपल्या असाधारण ध्येयाकडे वळले. ते ध्येय म्हणजे रस्त्यांबद्दल काम करणाऱ्या व्यवसायांतील लोकांना समाजातील इतर लोकांबरोबर जोडणे. रस्त्यावरचे खड्डे छोटे असताना व सहज दुरुस्त करण्याच्या अवस्थेत असताना ज्या लोकांनी तसे निदर्शनास आणून दिले, त्या लोकांची यादी बनवणे या विभागाने सुरू केले. त्यांनी दुरुस्तीसाठी अधिक चांगले साहित्य वापरायला सुरुवात केली आणि विद्यापीठांतील हुशार व्यक्तींची मदत घेऊन फुटपाथ कधी खराब होऊ शकतो याचा अंदाज बांधायला सुरुवात केली व त्या काळात फुटपाथच्या देखभालीचे कार्यपत्रक तयार करून दुरुस्तीच्या दरम्यान वाहतुकीची सोय दुसऱ्या एखाद्या उत्तम मार्गाने करणे सुरू केले... माझ्याकडे प्रत्येक उद्योगातल्या प्रत्येक विभागाची उदाहरणे आहेत बघ!"

"अजून एखादे सांग ना," ॲलेक्स स्मितहास्य करत म्हणाला.

"ठीक!" असे म्हणत क्विनने ॲलेक्सच्या डोक्यावर बोट नेले आणि ते त्याच्या चेहऱ्यासमोर आणत तो म्हणाला, "मला इथे एक वैद्यकीय उत्पादने करणाऱ्या कंपनीचे मुख्य कार्यालय दिसत आहे, जी आपल्या असाधारण ध्येयाकडे पोहोचायचा प्रयत्न करते आहे. पण तू ठरवलेस तरच ते ध्येय कसे साध्य करायचे याबद्दलची माहिती तू देऊ शकशील."

ॲलेक्सने परत एक स्मितहास्य केले. "ही उदाहरणे दिल्याबद्दल धन्यवाद! आणि आव्हान निर्माण केल्याबद्दलही. आता मला जरा बऱ्यापैकी दिसू लागले आहे... त्या असाधारण ध्येयाबाबतची व्याख्या मला परत एकदा सांग ना प्लीज!"

"बरं ऐक," असे म्हणून क्विन सांगू लागला. "असाधारण ध्येय विशिष्ट प्रकारे त्रिमितीय असते. पहिले म्हणजे त्या कंपनीचे ध्येय असाधारण असते. त्याचा अर्थ हा की, 'चांगले कार्य करून अधिकाधिक लोकांना त्याचा सकारात्मक फायदा करून देणे' या उद्देशाने कंपनी एखादे काम हाती घेते.

कंपनीचे ध्येय असाधारण आहे याचा दुसरा अर्थ म्हणजे त्या ध्येयाच्या पूर्तीसाठी कंपनीतले सर्व कर्मचारी या असाधारण ध्येयाला आपला पाठिंबा दाखवतात व संघटितपणे उत्तम प्रयत्न करतात.

आणि तिसरा अर्थ म्हणजे 'या असाधारण ध्येयाच्या पूर्तीसाठी प्रत्येक कर्मचाऱ्याला 'मोठेपणा' दाखवावा लागतो, म्हणजेच आपली उत्तम कामगिरी दाखवावी लागते आणि त्या मोठ्या कार्यांतले, आपल्या हिश्शाचे योगदान द्यावे लागते.''

मग त्याने त्या त्रिमितीची नावे कागदावर लिहिली.

- अधिक चांगले कार्य
- मैत्रीपूर्ण आणि संघटित प्रयत्न
- वैयक्तिक मोठी कामगिरी

''आपण जे चांदणीचे चिन्ह निवडले आहे ना ते, उत्तरेला असणाऱ्या 'ध्रुव ताऱ्या'चे प्रतीक आहे, असे समजायचे आणि या ताऱ्यामुळे आपल्याला दिशा समजण्यास जशी मदत होते, तशीच मदत व्यक्ती किंवा संस्थांना त्यांच्यामध्ये बदल घडवून आणताना आणि आव्हाने झेलताना होते.''

''हे ऐकून मला असं वाटतयं की, मला आणि आपल्या कंपनीला याचीच तर गरज होती.'' ॲलेक्स धन्यवाद देत म्हणाला.

त्याला दुजोरा देण्यासाठी क्विन हसला आणि म्हणाला, ''ॲलेक्स, काही होमवर्क करायची तुझी तयारी आहे का?''

आपला प्लास्टरमध्ये असलेला उजवा हात उंचावत ॲलेक्स म्हणाला, ''त्यामध्ये काही लिहिण्याचा भाग नसेल, तर नक्कीच करेन...''

क्विन गालातल्या गालात हसत म्हणाला, ''त्यात विचार करण्याचाच बराचसा भाग आहे. मला तुझ्या हृदयातल्या, अंतस्थ इच्छा काय आहेत ते जाणून घ्यायचे आहे. आपले आयुष्य कशासाठी वेचले जावे, असे तुला प्रामाणिकपणे वाटते?''

ॲलेक्सला जाणवले की, त्याने या प्रश्नाबाबत कधीच विचार केला नव्हता. तो स्वत:शीच म्हणाला, 'खरंच, माझे आयुष्य कशासाठी वेचले जावे असे मला वाटते बरे?'

क्विन म्हणाला, ''नक्की हेच मला तुझ्याकडून माहिती करून हवे आहे. आपण तुझ्यापासून सुरुवात करू आणि मग त्या गोष्टीचा तुझ्या कामाशी व कंपनीशी कसा संबध जोडता येईल ते पाहू. जोएल कर्झमन या प्रसिद्ध लेखकाने त्याच्या 'कॉमन पर्पज' या पुस्तकात म्हटले आहे की, 'जेव्हा नेतेमंडळी एखादे उच्च

ध्येय डोळ्यांसमोर ठेवून त्याचा पाठपुरावा करतात, तेव्हा त्याचे परिणाम जादू घडल्याप्रमाणे होतात...''

मग क्विन उठला आणि म्हणाला, ''मी आता निघतो. नर्स यायची वेळ झाली. ती आली की मला बाहेर जायला सांगेल... पण पुढच्या वेळी आपण भेटू तेव्हा तुझ्या स्वत:च्या उच्च ध्येयाबद्दल आणि कंपनीच्या असाधारण ध्येयाबद्दल बोलूया आणि हीच तुझी होमवर्कसाठीची परीक्षा असेल. ॲलेक्स, तुला असे उच्च ध्येय निवडायचे आहे जे स्वत:बद्दलचा विचार करणारे नसेल, पण त्यामुळे तू काय आहेस हे इतरांना स्पष्टपणे कळेल.''

इतक्यात फुलझाडांची नक्षी असलेला चमकदार झगा घालून परिचारिका आत आली व रोज येऊन जमिनीवर बसणाऱ्या, विलक्षण व्यक्तिमत्त्वाच्या क्विनकडे पाहत म्हणाली, ''निघायची वेळ झाली आहे.''

''मी निघणारच होतो,'' असे म्हणून क्विन उठला आणि पलंगावर आडव्या झालेल्या ॲलेक्सजवळ जात म्हणाला, ''लवकर बरा हो ॲलेक्स! बरेच लोक तुला मदत करण्यासाठी वाट बघत आहेत...''

ॲलेक्सने डोळे मिटले. तो आपल्याला मिळालेल्या गृहपाठावर विचार करू लागला. 'प्रश्न मोठा बिकट आहे....' त्याच्या मनात आले. औषधांच्या गुंगीतच तो आपले आयुष्य कशासाठी वेचले जावे याचा विचार करू लागला.

रुग्णालयाच्या स्वागतकक्षातून बाहेर जाताना क्विनने केविनला फोन केला.

क्विनचे नाव पाहून केविनने उत्सुकतेने विचारले, ''ॲलेक्सने कसा प्रतिसाद दिला?''

''आपण पुढे जाऊ शकतो...'' क्विन म्हणाला.

''तुला असे वाटते का की, त्याला आपण त्याची परीक्षा घेतो आहे ते समजले आहे?''

''बहुतेक होय... पण त्याला मनापासून बदलावेसे वाटते आहे केविन!''

स्वत:च्या उच्च ध्येयाबाबत विचार करतच ॲलेक्स दुसऱ्या दिवशी सकाळी उठला. रुग्णालयातला एक कर्मचारी त्याच्या खोलीची साफसफाई करत होता. त्याच्या पोषाखावरील बिल्ल्यावर 'पर्यावरण सेवा सहकारी मायकेल' असे लिहिले

होते. आपल्या नीटनेटक्या कामामुळे मायकेलने ॲलेक्सवर छाप पाडली होती. त्याच्याकडून आपल्याला काहीतरी शिकता येईल, असे ॲलेक्सला वाटले म्हणून त्याने मायकेलला विचारले, "मायकेल, तुला तुझे काम खरोखरच आवडते का?"

"मी माझ्या कामावर खरेच प्रेम करतो," मायकेल म्हणाला.

"काहींच्या मते तू रोज जे काम करतोस ते..." ॲलेक्स बोलायचे थांबला.

"ते खालच्या दर्जाचे आहे असे तुम्हाला म्हणायचे आहे ना?..." ॲलेक्सला बोलायला अवघड वाटते आहे हे ओळखून मायकेलने स्वतःच ते वाक्य पूर्ण केले.

ॲलेक्स ओशाळवाणे हसला.

"पण अजिबात नाही," मायकेल म्हणाला. "मला माणसे आवडतात आणि माझा सहकारी गटही! आमचा गट तुमच्यासारख्या माणसांना मदत करतो. आम्ही जे काम करतो ते खूप महत्त्वाचे आहे. रुग्णांना जंतुसंसर्ग होण्यापासून वाचवणे आणि रुग्णालयाची जागा स्वच्छ व सुंदर ठेवणे... खरे तर आम्ही सर्व इथले सेवादाते आहोत असे म्हणायला हरकत नाही."

"हे सारे बोलायला तुला कुणी क्विन नावाच्या माणसाने शिकवले का?" ॲलेक्सने विनोदाने विचारले.

"कोण?"

"काही नाही... उगाच तुझी थोडी चेष्टा केली; पण मी तुझे आभार मानतो."

त्या रात्री क्विनने ॲलेक्सला परत फोन केला. त्याला हे जाणून घ्यायचे होते की, मागच्या वेळी ते दोघे भेटले असताना त्याने कामाबद्दल जे विचार व्यक्त केले होते, ते खरोखरचे होते की औषधांमुळे येणाऱ्या गुंगीत तो तसे बोलून गेला होता.

"नाही, तसे निश्चितच नाही..." ॲलेक्स म्हणाला. "पण मला तुझ्या चांदणीबद्दल अजून जाणून घ्यायचे आहे. मी तुझ्याबरोबर काम करण्याची वाट बघतो आहे."

"वा! फारच छान. मग मी तुझ्या 'टीम'बरोबर बोलणे केले, तर तुला कसे वाटेल? त्यांच्याकडून मला कामाच्या ठिकाणी काय चालू शकते व काय नाही याबद्दल माहिती मिळेल." क्विनने विचारले.

"तुला काय ऐकायला मिळेल याची मला भीती वाटते आहे, क्विन!" ॲलेक्स म्हणाला.

"घाबरू नकोस ॲलेक्स... काय असेल ते उघडपणे व्यक्त होऊ दे!" क्विनने त्याला धीर देत म्हटले.

त्यानंतर दोन आठवड्यांच्या आतच ॲलेक्सला घरी सोडण्यात आले, पण त्याला व्हीलचेअर वापरायला सांगितले होते आणि अजून काही काळ तरी त्याला पायऱ्या चढता येणे शक्य नसल्याने त्याला तळमजल्यावरच्या एका छोट्याशा, शांत खोलीत झोपावे लागणार होते. एरवी तो, रॅशेल व त्याची आई असे तिघेही पहिल्या मजल्यावरच्या खोलीत झोपत. त्याच्या कंपनीने त्या तळमजल्यावरच्या खोलीत, रुग्णालयातील कॉटप्रमाणे एक खास कॉट त्याच्यासाठी तयार करून दिली. त्याच्या आईने स्वत:च्या हाताने बनवलेली गोधडी त्याला पांघरायला दिली. घरच्या पहिल्या रात्री बरीचशी औषधे घेऊन तो निद्रादेवीच्या आधीन झाला. त्याला जेव्हा अर्धवटपणे जाग आली तेव्हा रॅशेल त्याच्या खोलीत शांतपणे बसल्याचे त्याने पाहिले. ती त्याच्याकडे नुसतीच पाहत बसली होती. त्याला तिच्याशी काहीतरी बोलावेसे वाटले, पण त्या क्षणी तरी तो काहीच बोलू शकला नाही.

मात्र दुसऱ्या दिवशी त्याला तिच्याशी बोलायची संधी मिळाली. त्या दिवशी सकाळी स्वयंपाकघरात रॅशेल स्वत:साठी सँडविचेस बनवत होती. ॲलेक्स व्हीलचेअरवर बसून तिथे गेला आणि स्मित करत तिला म्हणाला, ''आय ॲम ऑन रोल...! मी माझ्या पायांना चाके बांधली आहेत... रॅशेल मला तुझ्याशी काही बोलायचे आहे.... आपल्या दोघांबद्दल!''

''ओह डॅड, तुमचा विनोद अगदीच वाईट होता! पण मला आत्ता तुमच्याशी बोलायला वेळ नाही... मला उशीर होतोय. आपण नंतर बोलू शकतो का?''

तिच्या एकंदर अविर्भावावरून असे वाटत होते की तिला वडिलांशी अजिबात बोलावेसे वाटत नव्हते.

''सॉरी डॅड, मला निघावे लागेल... आधीच उशीर झाला आहे.''

ॲलेक्सच्या चेहऱ्यावर वेदना दाटून आली. तो स्वत:शीच म्हणाला, 'मी हे शब्द रॅशेलसमोर हजार वेळा उच्चारले होते.'

# प्रकृतीत सुधारणा

रुग्णालयातून घरी आल्याच्या पहिल्या दुपारी, ॲलेक्सला त्याची आई घरापुढच्या पोर्चमध्ये कुणाशीतरी अगदी मैत्रीपूर्वकरीत्या बोलताना ऐकू आले. कोण असावे बरे? हा विचार त्याच्या मनात आला असतानाच त्याच्या हाताच्या बाजूला असलेल्या खोलीच्या दारातून तिने क्विनला आत पाठवले. ॲलेक्सला लगेच लक्षात आले की, क्विन त्याच्या वडिलांचा अगदी घनिष्ट मित्र होता, त्यामुळे आपल्या आईशीही त्याचे संबंध मित्रत्वाचे असणे स्वाभाविक आहे... पण मग आपण यापूर्वी कधी का भेटलो नाही? मी माझ्या आई-वडिलांच्या आयुष्यापासून इतका दूर गेलो होतो का, की त्यांच्या जवळच्या मित्राबद्दल मला काहीही माहीत नाही?

"कसा आहेस?" क्विनने आत येत विचारले.

"ठीक! घरी आल्यामुळे मला बरे वाटते आहे. पण रॅशेलबरोबर बोलणे म्हणजे अजूनही एक आव्हानच वाटते... अर्थात माझी लायकी तीच आहे." ॲलेक्स म्हणाला.

"अजून थोडा अवधी दे... आणि तू तुझा होमवर्क केलास का?" क्विनने विचारले.

"होय, केला... पण तो कठीण होता."

ॲलेक्सने आपले छोटे कागदांचे नोटपॅड क्विनपुढे धरले होते. उजवा हात प्लास्टरमध्ये असल्यामुळे त्याने आपल्या डाव्या हाताने त्याच्यावर काहीतरी लिहायचा प्रयत्न केला होता.

"मी माझ्या वैयक्तिक ध्येयापासून सुरुवात केली आहे... आणि मग कंपनीबाबतच्या ध्येयांकडे आलो आहे." आणि एकाएकी स्वत:ला शांत ठेवण्याचा प्रयत्न करत ॲलेक्स म्हणाला, "क्विन, मला माझे दूर गेलेले कुटुंब परत जवळ आणायचे आहे... एक खरेखुरे कुटुंब!"

क्विनची नजर, ॲलेक्स टक लावून पाहत असलेल्या, कॉटजवळ असलेल्या फोटोंकडे गेली. वेगवेगळ्या फ्रेममध्ये असलेले त्याच्या कुटुंबातल्या व्यक्तींचे फोटो

होते ते! ॲलेक्सने डाव्या हाताने सारून ते एकमेकांच्या जवळ आणले.

ॲलेक्सने दिलेला कागद क्विनने वाचला. त्यावर लिहिले होते, 'मला आमच्या कुटुंबातील व्यक्ती एकमेकांशी खूप जवळ आलेल्या असणे खूप आवडेल.'

"आणखी काय?" क्विनने हळुवारपणे विचारले.

"मला अशा कंपनीची उभारणी करण्यास मदत करायला आवडेल, जिच्यामुळे लोकांच्या जीवनांत फरक घडून येईल."

"ती कशी असावी असे तुला वाटते?" क्विनने विचारले.

"आपण जखमी झालेल्या, दुखापत झालेल्या लोकांना मदत करतो आणि त्यांना पूर्ण बरे करतो. मला आपल्या कंपनीतल्या प्रत्येक व्यक्तीला या कामासाठी वचनबद्ध करून घ्यायचे आहे."

ॲलेक्सने उच्चारलेले शब्द, परत त्याच्या डोक्यात पक्के बसावेत या हेतूने क्विनने त्याचे शब्द हवेत विरू दिले व क्षणभर थांबून तो म्हणाला, "ही खरोखरचं मोठी गोष्ट आहे, ॲलेक्स! पण तू तुझे म्हणणे कंपनीतल्या लोकांना किती वेळा सांगितले आहेस?"

"मी हजर असलेल्या आपल्या कंपनीच्या पहिल्या वार्षिक सभेच्या वेळी मी साधारण तसे विचार व्यक्त केले होते. पण अलीकडच्या काळात मी भागधारकांचे मूल्य किंवा कंपनीच्या उत्पन्नाबाबत जास्त बोलत होतो. गैरसमज करून घेऊ नकोस, पण कंपनी त्याशिवाय उभी असूच शकत नाही हे लक्षात ठेव."

"माझा तुझ्यावर विश्वास आहे," क्विन म्हणाला. "पण मी सांगितल्याप्रमाणे, सर्वोत्तम संस्था दोन्ही गोष्टींसाठी कार्यरत असतात – चांगली कामगिरी करणे आणि एखादा चांगला उद्देश सफल करणे! तू आत्ता जे बोललास त्यात हे अभिप्रेत होते का ते सांग." असे म्हणत क्विनने त्याच्याकडचे सुरेखसे फाउंटन पेन काढले आणि त्या नोटपॅडवरच्या कागदावर लिहू लागला :

- दुखल्या-खुपल्या व्यक्तींची काळजी घेणे.
- ग्राहकांचे जीवन चैतन्यमय व आरोग्यदायी बनवणे.
- इतरांना या कार्यांत समाविष्ट करून घेणे.

ॲलेक्सकडून–

क्विनने ते नोटपॅड परत मागे सरकवून ठेवले, तेव्हा ॲलेक्सला गहिवरून आले. तो अंत:करणपूर्वक म्हणाला, "अगदी हेच मला हवं आहे क्विन... हीच गोष्ट मला खूप आनंद देते."

''थॉमस मेर्टन हा माझ्या आवडत्या लेखकांपैकी एक! त्याने आपल्या 'नो मॅन इज ॲन आयलंड' या पुस्तकात 'दानाबद्दल' भाष्य केले आहे. तो म्हणतो, 'नि:स्वार्थीपणे केलेल्या प्रेमामुळे माणसाला खरा आनंद मिळतो.' आपण जितके जास्त देत जाऊ तितका आपला आनंद आणखी वाढत जातो,'' असे म्हणत क्विनने वर पाहिले आणि ॲलेक्सला म्हणाला, ''जेव्हा तुम्ही दुसऱ्यांना देता तेव्हा तुम्हाला आणखी भरभरून मिळते.''

तितक्यात ॲलेक्सची आई आत आली.

''तुम्हा दोघांना थोडा चहा घ्यायला आवडेल, हो ना?'' तिने विचारले.

''ॲनी... यू आर वंडरफुल!'' तिला चहाची किटली ठेवण्यास मदत करण्यासाठी उभे राहत क्विनने म्हटले.

''अरे वा! अर्ल ग्रेचा चहा, थँक्स ॲनी!'' क्विन म्हणाला.

''तू परत इथे आल्यामुळे बरे वाटते आहे क्विन– तुम्हा दोघांना अजून काही हवे असल्यास सांगा,'' ॲनीने म्हटले.

''थँक्स मॉम,'' ॲलेक्स म्हणाला. ती खोलीच्या बाहेर गेल्यावर त्याने म्हटले, ''तिला माझी काळजी घ्यायला खूप आवडते आणि मी तिला तसे करू देतो. क्विन, मी त्या हॉस्पिटलमध्ये एक गोष्ट शिकलो... तिथे असणारे लोक स्वत:ला 'सेवादाता' असे म्हणवतात. केवळ वैद्यकीय कर्मचारीच नव्हे; तर सफाई कामगार, वाहतुकदार, लॅबमधले तंत्रज्ञ आणि तुमची गाडी पार्क करून ठेवणारे लोकसुद्धा स्वत:ला सेवादाता असे म्हणवतात. त्या शब्दांत खूप ताकद आहे असे मला वाटते. त्या सर्वांनी आपले व्यक्तिगत ध्येय आपल्या कामाच्या ध्येयाशी जोडले आहे. बेकले कंपनीत आपणही त्यांचाच एक भाग म्हणून आहोत. मला म्हणायचे आहे की, आपण सर्व जणसुद्धा सेवादातेच आहोत... आपल्या असाधारण ध्येयामध्ये याचा समावेश करायला मला आवडेल.''

मग क्विनने त्या चांदणीपुढे एक मनुष्याकृतीचे रेखाटन केले आणि तो म्हणाला, ''हा तू आहे ॲलेक्स!

“आता तू तुझ्या असाधारण ध्येयाला शब्दरूप दिलेस... आता कल्पना कर की, कंपनीतल्या प्रत्येक व्यक्तीने, अगदी हृदयाच्या गाभ्यातून, तुझ्या ध्येयाला पाठिंबा दिला, तर ती ताकद किती मोठी असेल!

“मी मागे एकदा, तुला कंपन्यांच्या ‘दोन ढिगां’बाबतचे विश्लेषण करून सांगितले होते. आठवतयं?” क्विनने विचारले. “ज्या कंपनीने देदीप्यमान यश साध्य केले होते, त्यांनी आपले लक्ष एका उच्च पातळीवरच्या उदात्त उद्देशावर केंद्रित केले होते आणि त्या उद्देशपूर्तीकरता तितकीच साजेशी कामगिरीही केली होती. ‘कंपनीतल्या सर्वांनी एकत्रितपणे त्या असाधारण ध्येयाला पाठिंबा देणे’ ही त्यांच्या यशाची गुरुकिल्ली होती. खरे तर उच्च प्रतिच्या उद्देशाला सर्वांनीच पाठिंबा दिल्यामुळे कंपनी उत्तम कामगिरी करण्यास समर्थ झाली.”

क्विन पुढे सांगू लागला – “साधारण कामगिरी दाखवणाऱ्या काही कंपन्यांनी आपला ‘उच्च पातळीवरचा उद्देश’ निश्चित केला होता. पण त्या कंपन्या या उद्देशाला सर्वांचा पाठिंबा मिळवू शकल्या नाहीत. काही कंपन्यांची कामगिरी बऱ्यापैकी होती, पण कर्मचाऱ्यांनी मनापासून उच्च पातळीवरच्या उद्देशपूर्तीसाठी काम न केल्यामुळे अधिकाऱ्यांनी स्वतःच पाय मागे घेतला किंवा दुसऱ्या कुठल्यातरी सृजनशील कामांकडे लक्ष वळवले. ‘उच्च मूल्यांची जपणूक करून जगणे’ हे असाधारण ध्येयाचाच एक भाग आहे. त्यामध्येच आपल्या उच्च पातळीवरचा उद्देश लपलेला असतो असे म्हणायला हरकत नाही.”

मग क्विनने आपल्या बऱ्याच प्रकारचे सामान असलेल्या ब्रिफकेसमधून ‘हार्वर्ड व्यवसाय परीक्षणा’ची आवृत्ती काढली व त्यातील एका लेखापुढे बोट दाखवत म्हणाला, “गॅरी हॅमेलने ‘मूनशॉट फॉर मॅनेजमेंट’ या त्याच्या लेखात कंपनी संस्थांच्या भविष्यातील स्थितीबद्दल अगदी बरोबर लिहिले आहे. व्यवस्थापन २.० या लेखात तो म्हणतो की, आजच्या काळातील व्यवस्थापनाला तोंड द्यावे लागणारे सर्वांत महत्त्वाचे आव्हान म्हणजे ‘एखादा उदात्त उद्देश पुरा होईल अशा रीतीने व्यवस्थापन काम करते आहे की नाही याची खातरी करणे.”

"मग वास्तवात आपण काय करतो?" ॲलेक्सने विचारले

"एका संस्थेने हे कसे साध्य केले हे मी तुला सांगतो," क्विन म्हणाला. "खरे तर मी असे म्हणेन की, तुला आता एका फिल्ड ट्रीपला नेण्यास हरकत नाही... कामाच्या जागी प्रत्यक्ष भेट दिल्यावर तुला आणखी चांगल्या रीतीने समजेल. इथल्या माझ्या आवडत्या व्यवसाय शाळेत आपण जाऊ या. त्या संस्थेने अगदी योग्यरीत्या सर्व साध्य केले आहे."

"इथली व्यवसाय शाळा?... यू मीन मी शिकलो ती बी-स्कूल? तू माझ्या महाविद्यालयाबद्दल बोलतो आहेस का? ते महाविद्यालय असे असणे शक्यच नाही! मी तिथे जाऊन ते पाहिलेच पाहिजे."

क्विन खोलीच्या बाहेर गेला. बाहेर जाण्यासाठी तयार व्हायला म्हणून ॲलेक्स आपल्या कपाटातून शर्ट काढू लागला. मोठ्या प्रयत्नांनी त्याने तो अंगावर चढवला आणि मग खाली वाकून बुटांची लेस आपल्याला कशी बांधता येईल याचा तो विचार करत असतानाच रॅशेल जिन्यावरून खाली आली आणि तिने वडिलांच्या बुटांची लेस बांधून दिली.

"थँक्यू रॅशेल!"

"डॅड, तुम्हाला मदत करायला मला फार आवडते." ती म्हणाली.

तिच्याकडे पाहत, मंदस्मित करत ॲलेक्स म्हणाला, "रॅश, मी थोडावेळ बाहेर जाऊन येतो आहे."

"सांभाळून जा... डॅडी मला तसे वचन द्या. मला तुम्ही हवे आहात. खूप खूप...!"

"डिअर, मी तुला तसं वचन देतो," म्हणत ॲलेक्स निघाला.

# महाविद्यालयाला भेट

क्विनने कीपर बिझनेस स्कूलमधले मुख्य अधिकारी आणि त्याचा मित्र असणारे मि. डॉज हॉलिडे यांना फोन केला. शाळेच्या मुख्य प्रवेशद्वाराजवळ मि. डॉज त्या दोघांची वाट पाहत उभे होते. हेच ते महाविद्यालय! जिथल्या मैदानावर चालताना ॲलेक्सची पावले जड होत.

“वेलकम ॲलेक्स, आपल्या विद्यालयांत तुझे पुन्हा एकदा स्वागत आहे! बाय द वे, तू मला ‘डॉक’ म्हणून हाक मारू शकतोस, सगळेजण मला त्याच नावाने हाक मारतात. आपण माझ्या ऑफिसमध्ये जाऊ या,” असे म्हणत मि. डॉजने त्या दोघांना त्याच्या खोलीत नेले. नव्या-जुन्याचा संगम असलेली ती खोली होती, कारण खोलीचे रूप अद्ययावत असले तरी त्यात पुरातन पद्धतीचे टेबल ठेवले होते. ॲलेक्सने त्याकडे आदराने पाहिले.

“हे टेबल थॉमस मेलॉन यांचे होते... ज्यांनी आपल्या गावात बँक उघडली होती त्यांचे! मी मधूनमधून जुने शेअर सर्टिफिकेट्स पाहण्यासाठी टेबलाचे खण उघडून पाहत असतो.” असे म्हणत त्यांनी चोरकप्पा असलेला एक खण उघडून दाखवला.

तितक्यात क्विनचे लक्ष भिंतीवर लावलेल्या चांदणी बोधचिन्हाच्या फ्रेमकडे गेले. त्याच्या चेहऱ्यावर स्मित झळकले. बोट दाखवून त्याने ॲलेक्सचे लक्षही तिकडे वेधले.

डॉकनेही चांदणीकडे पाहिले आणि तो म्हणाला, "क्विनचा दावा आहे की, आम्ही विशेष महत्त्वाच्या ध्येयासाठी वचनबद्ध होऊन समाधानकारक कामगिरी केली आहे...."

"आणि तीसुद्धा कृतियोजना, बदलाचे व्यवस्थापन व नेतृत्व इ. बाबतींचा, आत्तापर्यंत शोधला गेलेला प्रत्येक सिद्धांत माहीत असतानाही," क्विन त्याचे बोलणे मध्येच थांबवत म्हणाला.

आपली वही उघडून क्विनने पुन्हा एकदा त्यात चांदणीचे चित्र रेखाटले आणि तो म्हणाला, "फोनवर बोलल्याप्रमाणे आपण इथे चांदणीने दाखवलेल्या पाच आचरण पद्धतींपैकी पहिली पद्धत पाहण्यासाठी आलो आहोत... ॲलेक्स या पाचही पद्धतींचा अभ्यास करण्याच्या धाडसी कामगिरीला लागला आहे," असे म्हणत क्विनने त्या चांदणीच्या डोक्यावर 'असाधारण ध्येयासाठी वचनबद्ध व्हा' असे लिहिले आणि तो पुढे बोलू लागला. "ॲलेक्सला हे माहीत करून घ्यायचे आहे की, शाळेच्या असाधारण ध्येयासाठी तुम्ही कशा रीतीने वचनबद्ध झालात आणि सर्वांनाच या कामासाठी कसे जबाबदार करून घेतलेत?"

***'असाधारण ध्येयासाठी वचनबद्ध व्हा'***

डॉकने क्षणभर नुसतेच उभे राहून ॲलेक्सकडे पाहिले आणि तो म्हणाला, "मला तुझा हेवा वाटतो... कारण तुला हा मार्ग पहिल्यांदाच अभ्यासायला मिळतो आहे."

त्या भरभक्कम व मोठ्या टेबलाच्या कडेला बसत डॉक म्हणाला, "आमची 'कंपनी' म्हणजे हे महाविद्यालय एखाद्या विलक्षण प्राण्यासारखे आहे. 'शिक्षण देणे' हे या शाळेचे मुख्य ध्येय असले, तरी आमच्या कंपनीचे इतरही अनेक लघुव्यवसाय आणि इतर अनेक विभिन्न उद्दिष्टे आहेत. त्या सर्वांची एकत्र हातमिळवणी करणे म्हणजे एक मोठे आव्हानच आहे."

तितक्यात ॲलेक्सची नजर डॉकच्या मागच्या भिंतीवर टांगलेल्या दुसऱ्या

फ्रेमकडे गेली. एका व्यवसायाबद्दलच्या मासिकाच्या लेखाचे मुखपृष्ठ होते ते! त्यावर लिहिले होते –

| **त्रैमासिक व्यवसाय परीक्षण** |
|---|
| **अमेरिकेतील एका बिझनेस स्कूलचे असंभवनीय रूपांतरण...**<br><br>***डग्लस हॉलिडे पीएच.डी.*** |
| |

त्या फ्रेममध्ये एका अतिशय आनंदी दिसणाऱ्या टीमचा फोटोसुद्धा होता.

त्या फ्रेमकडे बोट दाखवत ॲलेक्स म्हणाला, ''तुम्ही नक्कीच काहीतरी अपूर्व अशी प्रगती करून दाखवली असणार.''

''होय. आम्ही सर्वांनी एकत्रितपणे केलेली कामगिरी आहे ती. या लेखातले शेवटचे वाक्य वाच,'' असे म्हणत डॉकने त्या लेखाची प्रत ॲलेक्ससमोर धरली. ते वाक्य असे होते : 'चांगल्या कार्यासाठी वापरल्या जाणाऱ्या, पृथ्वीवरील सर्वांत ताकदवान असलेल्या बलांपैकी एक बल म्हणजे अशी संस्था, जिथे एखादे असाधारण ध्येय साध्य करण्यासाठी सहभागी झालेल्या, व्यक्ती-व्यक्तींचे व संघा-संघांचे म्हणजे टीम्सचे एकीकरण झालेले असते.'

''माझा तुझ्या सांगण्यावर विश्वास आहे, पण तुम्ही हे सारे कसे साध्य केले?''

''आम्ही इथे काम करणाऱ्या प्रत्येक व्यक्तीला, अगदी प्रत्येकच व्यक्तीला, त्याचे या विद्यालयासाठी असलेले असाधारण ध्येय काय असेल ते विचारले. विद्यालयाच्या प्रवेशद्वाराजवळ आम्ही एक माहितीफलक लावला व अगदी प्रत्येकाला आमंत्रण देऊन, सर्वांना एकेका निर्देश कार्डावर स्वतःच्या असाधारण ध्येयाबद्दल लिहायला सांगून ती कार्डं माहितीफलकावर लावली. आमची कल्पना लोकांनी उचलून धरली आणि अशा कल्पनांची शेकडो कार्ड्स आम्हाला मिळाली. आमच्या विद्यालयातील विद्यार्थी तंत्रज्ञानामध्ये कुशल असल्यामुळे, एका विद्यार्थी गटाने लोकांना संगणकावर ऑनलाइन भरता येईल अशी कार्ड्सही तयार केली. मग तर कार्ड्सचा पाऊसच पडू लागला. शाळेचे माजी विद्यार्थी, प्रशासक, विद्यापीठातील अधिकारी व विद्यार्थी आणि विद्यालयाचे भावी विद्यार्थीही या उपक्रमांत सहभागी झाले.''

मग क्विन विनोदाने म्हणाला, ''एखाद्या साथीच्या रोगाप्रमाणे प्रत्येकालाच त्याची लागण झाली.''

तो पुढे बोलू लागला – ''जेव्हा सर्व जण अगदी मनापासून काम करण्यामध्ये गुंततात, तेव्हा त्याचा परिणाम चुंबकीय बलाप्रमाणे यश खेचून घेण्यात होतो, याचे

प्रत्यंतर आमच्या भागधारकांनाही आले.''

डॉक पुढे म्हणाला, ''आम्ही त्यांना विचारले की, तुम्हाला आपण काय व्हावे असे मनापासून वाटते? जगाला आपल्याकडून काय अपेक्षा आहेत, असे तुम्हाला वाटते? आपल्या दृष्टीने काय मौल्यवान आहे? आपले विद्यार्थी मोठे होऊन उद्या जिथे कामाला लागतील त्या कंपन्यांसाठी काय हितावह आहे? आपण कंपनीची कामगिरी चांगली करतानाच समाजासाठी काहीतरी चांगले करण्यावर लक्ष केंद्रित कसे करू शकतो?''

डॉकने आपल्या पुरातन टेबलाच्या खणातल्या कागदांची चाळवाचाळव केली आणि त्यातील एक आमंत्रण पत्रिका काढत म्हटले, ''शेवटी एक वेळ अशी आली की, त्या सर्वांच्या शाळेसंबंधी असलेल्या असाधारण ध्येयाचे एकीकरण करण्यासाठी सर्वांना प्रत्यक्षपणे एकत्र बोलवणे जरुरी होते. ती ही आमंत्रणपत्रिका....

**डॉक हॉलिडे विद्यालयात आपल्या सर्वांचे सहर्ष स्वागत !**

आपण सर्वांनी विद्यालयाबद्दलचे आपापले असाधारण ध्येय
व्यक्त करण्याच्या उपक्रमास भरभरून प्रतिसाद दिलात त्याबद्दल
धन्यवाद! मला कळवण्यास आनंद होत आहे की, या आपल्या
सर्वांच्या असाधारण ध्येयाचे एकीकरण करण्याचा कार्यक्रम
दि. ७ सप्टेंबर रोजी शाळेतील सभागृहात
आयोजित करण्यात आला आहे.
आपण सर्वजण एकत्रपणे आपली शाळा भविष्यात कशी होऊ शकते,
याबद्दलचे स्वप्न पाहणार आहोत.
आपले ध्येय उदात्त असेल.
सर्वांनी मांडलेल्या आपापल्या असाधारण ध्येयांचे कौशल्यपूर्ण रीतीने
एकीकरण करण्याची व त्या ध्येयपूर्तीसाठी वचनबद्ध राहण्याची सुरुवात
आपण करणार आहोत. आपण सर्व उपस्थित राहाल, अशी आशा आहे.
कृपया आमंत्रणपत्रिकेबाबतची पोहोच
मुख्य अधिकाऱ्यांच्या कार्यालयांत पाठवा.

***टीप : आम्हाला खरोखरच तुमची गरज आहे.***

"आणि ओळख काय झाले असेल ते?" डॉकने विचारले.

"काय?" ॲलेक्सने अधीर होऊन विचारले.

"अगदी प्रत्येकजण त्या दिवशी हजर राहिला."

"अगदी प्रत्येकजण?" ॲलेक्सने आश्चर्यचकित होऊन विचारले.

"होय. मग आम्हाला कार्यक्रमाची जागा बदलून दुसऱ्या एका मोठ्या जागी कार्यक्रम करावा लागला. विद्यालयाच्या परिसरात असलेल्या एका सर्वांत मोठ्या गोदामात आम्ही गोळा झालो. क्विन आणि त्याच्या किमयागार मित्रांनी आम्हाला मदत केली. आम्ही एकत्रपणे फिरत्या पांढऱ्या रंगाच्या फलकांवर आमच्या कल्पना लिहिल्या आणि एकत्र केल्या. त्यावर वादविवाद केला, शांतपणे चर्चा केली आणि निर्णय घेतला... आणि मग त्या कल्पनांना आपलेसे केले. त्याच दिवशी आम्ही आमच्या असाधारण ध्येयाचे एकीकरण केले आणि ते साध्य कसे करता येईल याबद्दलच्या कृतियोजनेचे नियम तयार केले आणि काही महत्त्वाच्या संघ कल्पनांवर आधारित पुढाकार घेण्याचे ठरवले... तो दिवस खरोखरच खूप विस्मयपूर्ण होता."

"आणि तुम्ही सर्वांनी एकत्रितपणे ठरवलेले असाधारण ध्येय कोणते होते?" ॲलेक्सने विचारले.

"क्विनने सांगितल्याप्रमाणे आमचे असाधारण ध्येय हे केवळ आमच्यासाठी नव्हे, तर आमच्या विद्यार्थ्यांकरता होते. आम्ही तयार केलेल्या असाधारण ध्येयाचे विधान असे होते : आपण भावी नेत्यांसाठी कार्यरत असलेले नेते आहोत. आपण एकत्रपणे शिकवू, शिकू आणि आपले कर्तव्य पार पाडू."

क्विन मध्येच म्हणाला, "आणि या एकत्रित वचनबद्धतेमुळेच रूपांतरणाच्या कामगिरीला खरा जोर लागला."

डॉकने ॲलेक्सकडे पाहिले आणि तो म्हणाला, "अरे हो, ॲलेक्स तुला एक गोष्ट सांगायची राहूनच गेली. खरे तर तुझ्यासाठी ती एक वाईट बातमी आहे ती म्हणजे तुझे पदवीचे एक वर्ष राहिले आहे..."

ॲलेक्सने आश्चर्याने आ वासला.

मग मोठ्यांदा हसत डॉक म्हणाला, "तुझी गंमत करत होतो! बरं, पण या माहितीमुळे तुम्हाला मदत झाली असावी असे वाटते. होय ना?"

"थँक्यू डॉक," क्विन म्हणाला. ""होय, खरचं खूप महत्त्वाची माहिती मिळाली... पण आता रुग्णाला घरी न्यायची वेळ झाली आहे."

पिट्सबर्गच्या पूर्व टोकाला असलेल्या ब्रीझ पॉईंटवर असलेल्या ॲलेक्सच्या

घराकडे क्विनने आपली गाडी वळवली. ॲलेक्स अजूनही महाविद्यालयाच्या विचारात हरवला होता. आपल्या जुन्या महाविद्यालयांत असे काही घडेल असे त्याला कदापिही वाटले नव्हते... तो जुन्या आठवणींत बुडाला... मी शिकत असताना विद्यालयाचे स्वरूप शिक्षकाभिमुख म्हणजे 'आधी शिक्षक मग विद्यार्थी' अशा प्रकारचे होते, पण त्यामध्ये आमूलाग्र बदल घडून ते आता 'आधी विद्यार्थी मग शिक्षक' या प्रकारचे झाल्याने त्याला खूप आश्चर्य वाटले. मग तो क्विनला म्हणाला, "महाविद्यालयाने केलेली कामगिरी दिसून येते आहे, पण या पहिल्या आचरण पद्धतीबद्दल, म्हणजे 'असाधारण ध्येयासाठी वचनबद्ध व्हा' याबद्दल तू अजून काय सांगू शकशील?"

"दोन गोष्टी अजून आहेत – आचरण पद्धतीच्या खालच्या बाजूला दोन महत्त्वाची तत्त्वे सांगितली आहेत. बेकलेमध्ये असाधारण ध्येय अमलात आणण्याच्या दृष्टीने जेव्हा काम करशील, तेव्हा या तत्त्वांचा वापर कर."

क्विनने आपल्या जागेवरून हलून आपल्या मागच्या खिशातून काहीतरी काढले. हाताने काहीतरी लिहिलेले, जरासे वाकलेले एक कार्ड होते ते. ते ॲलेक्सकडे देत तो म्हणाला, "मी जुन्या पिढीतला आहे म्हणून तुला हाताने लिहिलेले कार्ड देत आहे."

त्यावर लिहिलेले होते :

**आचरण पद्धत १ : असाधारण ध्येयासाठी वचनबद्ध व्हा**

तत्त्वे :

- तुमचे असाधारण ध्येय तुमच्यासाठी नसणार आहे.
- या असाधारण ध्येयपूर्ती करण्यासाठी लागणारी शक्ती या ध्येयाबाबत सर्वांनी हातमिळवणी केल्यामुळे येते.

ते वाचून ॲलेक्स गोंधळून गेला. माझे असाधारण ध्येय माझ्यासाठी नसणार? त्याचा अर्थ काय असावा याबाबत तो गप्प बसून विचार करू लागला.

# प्रतिक्रिया

केपर येथे भेट देऊन झाल्यावर क्विन, थॉमस बुलेवार्डकडे वळला आणि अमेरिकेतील 'फोरस्क्वेअर' या जुन्या, अभिजात, दिमाखदार शैलीने बांधलेल्या बेकलेच्या घरापुढे त्याने गाडी उभी केली. १८व्या शतकाच्या मध्यानंतर बांधले गेलेले आणि अनेक वर्षे दिमाखाने उभे राहण्याचा आत्मविश्वास दाखवत असलेले ते घर नवीन असताना किती देखणे दिसत असेल, याची त्याला कल्पना आली.

ॲलेक्सने क्विनला विचारले, "मुलाखतींच्या वेळी माझ्या टीमकडून तुला काय ऐकायला मिळते आहे?"

"ॲलेक्स, हे सारे काही तुला आत्ताच ऐकायचे आहे का? तसाही आज तुला बराच ताण पडला आहे."

"असू दे, मला ते ऐकायचे आहे. मग ते चांगले, वाईट किंवा मला न आवडणारे कसेही असू दे!"

"बरं तर! आपण आधी घरात जाऊ या. माझा मित्र केन ब्लेनचार्ड म्हणतो, 'मिळालेल्या प्रतिक्रिया म्हणजे स्पर्धेमधल्या विजेत्यासाठीची न्याहारीच जणू!' प्रतिक्रियेबाबतच्या मी लिहिलेल्या नोट्स माझ्याकडे आहेत, पण आधी एक-एक कप चहा होऊन जाऊ दे..."

मग ॲलेक्सने चहा केला. इकडच्या तिकडच्या गप्पा मारत दोघांनी चहापान केले आणि विषय पुढे नेण्यासाठी एकत्र बसले.

"मी ऐकायला तयार आहे," ॲलेक्स म्हणाला. पण तो अस्वस्थ झाला आहे, हे त्याच्या देहबोलीतून दिसून येत होते.

क्विन बोलू लागला, "हे बघ, तू बेकलेमध्ये ऊर्जा आणि काम यशस्वी करण्यासाठीची ताकद आणलीस, हे सर्वांना स्पष्ट माहीत आहे; पण तू सुरू केलेल्या काही पद्धतींमुळे तुझा उद्देश सफल न होता काही वेगळेच परिणाम झाले."

"ओह! हे ऐकायला फार वाईट वाटत आहे," ॲलेक्स चमकून म्हणाला.

"तुझे उद्देश खरोखरच चांगले होते, हे सर्वांना माहीत आहे," असे म्हणत

क्विनने आपल्या ब्रिफकेसमधून एक फोल्डर काढले. ''मी तुझ्या वरिष्ठ मंडळींच्या टीममधल्या सर्वांना 'कामाचे महत्त्वाचे हेतू व कामगिरी' या संबंधात मुलाखतीप्रमाणे प्रश्न विचारले, तेव्हा मला कळले की, कंपनीत काय चांगले चालले आहे किंवा काय चांगले चाललेले नाही, याविषयी सर्वांचा एकच दृष्टिकोन होता. अर्थात मी बाहेरील लोकांच्या प्रतिक्रियासुद्धा ऐकल्या आहेत, ज्या आपल्याला खूप उपयोगी ठरू शकतील. पण पहिल्यांदा आपण कंपनीच्या बलस्थानाबाबत जे ऐकले, त्याकडे पाहूया. मग आपण कंपनीत कोणत्या पद्धती अयशस्वी ठरतात याकडे वळू.

''कंपनीची बलस्थाने म्हणजे, जवळ-जवळ सर्वांनीच कंपनीतल्या कठोर परिश्रमाचे मूल्य जाणले आहे. त्याचप्रमाणे ग्राहकांना सेवा देण्याची परंपरा, नावीन्य आणायची पद्धत, व्यवसाय वाढवण्याची इच्छा आणि बदलासाठी तयार असणे या सर्व सकारात्मक गोष्टी आहेत. तुझ्या टीमचे सदस्य त्या सर्व नीतिमूल्यांचे जतन करताना दिसतात, ज्या मूल्यांच्या आधारावर आपल्या कंपनीची संस्थापना झाली होती. त्यांना तीव्रतेने असेही वाटते आहे की, आपली कंपनी पुरे करू शकेल असे एखादे लोकोपयोगी उदात्त ध्येय आपल्या पुढे यावे.'' क्विनने आपल्या वाचायच्या चष्म्यातून नजर वर करून ॲलेक्सकडे पाहिले आणि तो म्हणाला, ''पण अलीकडे कंपनीची मूल्ये व उद्देश यावर लक्ष केंद्रित होणे कमी होत चालले आहे.''

हे ऐकून ॲलेक्स थोडासा कचरला, पण तरीही त्याने क्विनला म्हटले, ''बरं. आता कंपनीमध्ये ज्या बाजू थोड्या कच्च्या आहेत, त्याबद्दल सांग.''

''ठीक तर मग. या माझ्या नोट्स बघ,'' असे म्हणत क्विनने ॲलेक्सच्या हातात एक अहवाल दिला. त्यात कंपनीच्या कामकाजाबद्दलच्या प्रतिक्रिया खालील प्रमाणे लिहिल्या होत्या – १) ध्येय निश्चित करणे. २) सहयोग करणे व अंतर्गत स्पर्धा. ३) मिळालेल्या निकालांवरून बोध घेणे. ४) ग्राहकांवर लक्ष केंद्रित करणे. ५) आर्थिक बाबींवर लक्ष केंद्रित करणे.

क्विनने त्या अहवालातील ज्या महत्त्वाच्या मुद्द्यांना अधोरेखित केले होते, ते ॲलेक्सला दाखवले व दोघांनी मिळून ते मुद्दे वाचले व त्यावर चर्चा केली.

''पहिल्यांदा मी विचारले की, 'सद्यस्थितीत कंपनी ध्येय कसे आखते?' तेव्हा मला कळले की, कंपनीतल्या प्रत्येक व्यक्तीसाठी, मोजमाप करता येईल असे विशिष्ट ध्येय आखले जाते. प्रत्येक व्यक्ती काय व कसे प्रयत्न करते यावर लक्ष केंद्रित करून पूर्ण कंपनीची कामगिरी सुधारण्याचा तुझा उद्देश चांगलाच होता, पण प्रत्येकाचे ध्येय वेगळे असल्यामुळे, ध्येयांची संख्या अतिप्रमाणात वाढली व त्यामुळे गोंधळ निर्माण झाला व कर्मचारी नाऊमेद झाले. शिवाय काही वेळा या ध्येयांमुळे दोन व्यक्तींच्या कामांत विसंगतीही निर्माण झाली.

''मी तुला असे सुचवतो की, तू एकच असाधारण ध्येय आखून त्याच्या

पूर्तीसाठी म्हणून परस्पर सहकार्याने व त्यावर लक्ष केंद्रित करता येईल, अशा छोट्या-छोट्या ध्येयांची आखणी कर... बेकलेच्या नीतिमूल्यांबाबत स्पष्ट कल्पना द्यायला विसरू नकोस. चांगले काम चांगल्या रीतीने कर.''

क्विन परत म्हणाला, ''एकच असाधारण ध्येय आखले गेले, तर इथे नक्कीच फायदा होईल.''

मग पुढच्या पानावर आपल्या पेनाने टिचकी मारत क्विन म्हणाला, ''ॲलेक्स, तू विभाग व टीममधल्या अंतर्गत स्पर्धेला आमंत्रण दिलेस... खरे तर तुला मैत्रीपूर्ण निकोप स्पर्धेचे वातावरण निर्माण करायचे होते. पण तसे न होता, या स्पर्धेतून शत्रूत्व निर्माण झाले. तू 'जिंका किंवा हरा' पद्धतीचा पाया घातलास,'' असे म्हणत क्विनने परत आपल्या वाचायच्या चष्म्यातून नजर वर करून ॲलेक्सकडे रोखून पाहिले. एव्हाना ॲलेक्सला त्या नजरेची सवय झाली होती. ''आणखी एक गोष्ट तुला सांगायची आहे, ती कदाचित तुझ्या मनाला जरा लागेल... पण तुझ्या टीममधले काही जण म्हणत होते की, तू यश मिळवलेस ते दुसऱ्यांच्या जिवावर...''

ॲलेक्स परत आपल्या खुर्चीवर जाऊन बसला. क्षणभर त्याने छताकडे बघत शून्याकडे नजर लावली आणि तो म्हणाला, ''क्विन तू बरोबर बोललास... ही गोष्ट माझ्या मनाला लागली आहे आणि त्याचे कारण म्हणजे ती थोडीफार खरीही आहे. आता मी जी कामगिरी करणार आहे, ते माझ्या यशासाठी नव्हे... ती माझ्यासाठी तर अजिबात असणार नाही. ती असेल, इतरांना यश मिळवण्यास मदत करण्याची... मला इथून सुरुवात करू दे. त्याशिवाय मी दुसरे काही करू शकतो का?''

क्विनने परत दुसऱ्या पानावर आपल्या पेनाने टिचकी मारली आणि तो म्हणाला, ''मी सुचवलेला हा दुसरा उपाय बघ – 'एकमेकांशी आतून जोडलेल्या सामाईक ध्येयांना वेगवेगळे करण्याचा प्रयत्न कर.' यामुळे स्पर्धेच्या ऐवजी सहयोगाचे वातावरण निर्माण होईल आणि सगळ्यांनाच आपण यशस्वी होत असल्यासारखे वाटेल. स्वत:वर लक्ष केंद्रित न करता तू व इतर अधिकाऱ्यांचे नेतृत्व दुसऱ्यांना मदत करण्याच्या कामी आले पाहिजे. किंबहुना या गोष्टीतून तुमचा दर्जा दिसला पाहिजे.''

क्विन पुढे बोलू लागला– ''मला सापडलेली आणखी एक गोष्ट म्हणजे कामगिरीचे परीक्षण आणि प्रकल्प कार्यान्वित केल्यानंतर त्याबाबतच्या तुझ्या वरचेवर घेण्यात येणाऱ्या समीक्षण-स्वाध्यायांमध्ये मुख्यत्वे कामगिरीतल्या त्रुटी आणि कमतरता इत्यादी नकारात्मक गोष्टींवर लक्ष केंद्रित केले गेले होते. खरे तर असे समीक्षण स्वाध्याय घेणे ही अतिशय चांगली कल्पना आहे, पण तुझ्या नकळत तू कामगिरीतल्या दोषांवर जरा जास्तच लक्ष केंद्रित केल्यामुळे कंपनीचा कल फारसे धोके न पत्करणे आणि विशेष पुढाकार न घेणे असा होऊ लागला आहे. मी तुला सुचवेन की, तू

यशस्वी झालेल्या गोष्टीं ओळखून त्यावर मुद्दाम लक्ष केंद्रित कर. त्याबद्दलचे यश साजरे कर... ते यश का मिळू शकले, हे जाणून घे आणि त्या कारणांवर आधारित पुढची कामगिरी कर.

"...आणि आता मला सापडलेली शेवटची सर्वांत महत्त्वाची गोष्ट म्हणजे कंपनीला त्या विशिष्ट कालावधीत झालेला नफा-तोटा! तुझ्या टीमने दर्शवले... नव्हे, मी तर म्हणेन की, त्यांनी कबूल केले की, केवळ नफ्याच्या पाठीमागे धावल्यामुळे दीर्घकालीन कृतियोजनेबाबतच्या विचारांना सुरुंग लावला जातो आणि त्याचा परिणाम म्हणून वेळ मारून नेल्याप्रमाणे कामे उरकली जातात आणि सत्य परिस्थिती सांगण्याऐवजी केवळ आकडा फुगवून दाखवण्याकडे कर्मचाऱ्यांचा कल होतो."

क्विन परत आपल्या नेहमीच्या पद्धतीने ॲलेक्सकडे रोखून पाहत म्हणाला, "धक्कादायक... धोक्याची सूचना...!! मी तुला असे सुचवतो की, तू दीर्घकालीन असाधारण ध्येय डोळ्यांसमोर ठेवून, निकोप स्पर्धा असलेल्या, सतत प्रगतीच्या मार्गावर धावणाऱ्या आणि कुठल्याही परिस्थितीत तग धरून उभी राहू शकणाऱ्या कंपनीची उभारणी कर. त्या कंपनीत तुझी नीतिमूल्ये जपली जात आहेत ना, याची परत एकदा खातरी करून घे... असाधारण ध्येयाशी हातमिळवणी करून नीतिमूल्यांवर आधारित तयार केलेली कृतियोजना नक्कीच कंपनीला दीर्घकालीन तग धरण्यासाठीचा नफा मिळवून देईल."

ॲलेक्सने त्याच्या शब्दांवर लक्ष केंद्रित केले आणि तो म्हणाला, "हे सारे ऐकायला खरोखरच त्रासदायक वाटते आहे. पण खरे सांगू? या माहितीमुळे मला खूप मदत झाली आहे, क्विन!

"बरं, पण आता आपण योग्य मार्गावर कसे परत जाऊ शकू?"

"आपण आपल्या प्रवासाला सुरुवातसुद्धा केली आहे! या सर्व आचरण पद्धती आणि आणखी बरेच काही आपल्या 'चांदणी' चिन्हामध्ये अंतर्भूत आहेत. तुझी टीमही तयार आहे. खरे तर त्या सर्वांनीच त्यांच्या मुलाखतीच्या वेळी हे सुचवले होते... यावरून तू काय बोध घेशील?"

"हेच की... माझ्या लायकीपेक्षा चांगली टीम मला मिळालेली आहे."

ते दोघे तासभर गप्पा मारत राहिले. मग क्विनने त्याचा निरोप घेतला.

घरी जाताना क्विनने केविनला फोन केला– 'ॲलेक्स आज महत्त्वाच्या परीक्षेत पास झाला आहे. त्याने प्रतिक्रिया ऐकल्या आणि त्या स्वीकारल्यासुद्धा! आणि आता तो पुढे जायला तयार आहे.'

ॲलेक्स आपल्या तात्पुरत्या तयार केलेल्या झोपायच्या खोलीत झोपायची

तयारी करत असतानाच त्याच्या नजरेला रॅशेलचा फोटो दिसला आणि त्याने तो उचलला. त्याने ठरवले की, अजूनही लंगडत चालावे लागत असले, तरीही काहीही करून उद्या रात्री वरच्या मजल्यावरच्या खोलीत रॅशेलला 'गुड नाईट' करायला जायचेच आणि आज रात्री? आज रात्री त्याने रॅशेलचा शाळेचा दुसऱ्या दिवशीचा डबा भरून ठेवायचे ठरवले. त्याने तो डबा स्वयंपाकघरातल्या टेबलवर भरून ठेवला आणि तिच्या शाळेच्या दप्तरांत एक चिठ्ठी ठेवली. त्यात लिहिले होते :

*रॅशेल,*
*मला अजून एक संधी देऊन बघशील का?'*
*मी तुझ्यावर खूप खूप प्रेम करतो.*
*– डॅड*

आपल्या विनंतीवर रॅशेलची प्रतिक्रिया काय होईल याची ॲलेक्सला कल्पना नव्हती. तिचे उत्तर त्याच्या दृष्टीने फार महत्त्वाचे होते आणि तिच्या उत्तराची प्रतीक्षा करत राहण्यास त्याची हरकत नव्हती आणि संबंध जोडण्याचे प्रयत्न पुन:पुन्हा करण्यासही!

अपघातानंतर उद्या पहिल्यांदाच ॲलेक्स बेकले मेडिकलच्या त्याच्या ऑफिसमध्ये जाणार होता. त्याच्या मनात मिश्र भावना दाटून आल्या होत्या – एकीकडे भीती, कृतज्ञता आणि दुसरीकडे एक नवीन सुरुवात करणे अशा द्विधा मनस्थितीत तो झोपायला गेला खरा, पण त्या रात्री तो शांतपणे झोपू शकला नाही.

# सामाईक ध्येये

बेकले मेडिकलचे प्रमुख कार्यालय पिट्सबर्ग शहराला लागून असलेल्या शांत परिसराच्या मध्यभागी असलेल्या एका इमारतीत होते. या इमारतीची धाटणी पारंपरिक पद्धतीची होती. आधुनिक पद्धतीच्या, निळ्या-पांढऱ्या रंगाने रंगवलेल्या स्वागतकक्षातील शोकेसमध्ये बेकले मेडिकलच्या डझनांहून अधिक उत्पादनांचे दिमाखदार प्रदर्शन केले होते. कंपनीचे संस्थापक, रूस बेकले यांचे तैलचित्र या कक्षाच्या नजाकतीत भर घालत होते. ऑफिसमधल्या व्यवस्थापकीय मंडळींच्या टेबलांपलीकडे असलेल्या सभाकक्षांतील एका स्टीलच्या टेबलापाशी केविन आणि क्विन मॅकड्गॉल, हे दोघे बसले होते.

"ॲलेक्सने मला त्याच्या हुशारीची चुणूक दाखवली..." क्विन सांगत होता.

"ती मला पण दिसते आहे. पण वरिष्ठांच्या टीमला असे वाटते की, तो परत येईल आणि पुन्हा त्याच्या जुन्या मार्गानेच पुढे जाईल. आपण पुरी करू शकू त्यापेक्षा कितीतरी जास्त उद्दिष्टे पुरी करण्याची कामगिरी ॲलेक्सने आपल्यावर सोपवली होती. त्यामुळे काही वेळा 'कर्मचाऱ्यांना सांगा आणि पुढे ढकला' किंवा 'थांबा आणि कर्मचाऱ्यांवर ओरडा' अशी परिस्थिती निर्माण झाली होती. ते सर्व आठवले की, मला फुटबॉलचा प्रशिक्षकच डोळ्यांपुढे येतो."

दोघेही खळखळून हसले.

क्विन म्हणाला, "ॲलेक्सचे असाधारण ध्येयाबद्दलचे मत लक्षात घेता, त्याने चांगली सुरुवात केली आहे."

"वरिष्ठ व्यवस्थापक टीमबाबतही तेच म्हणता येईल," केविनने पुस्ती जोडली.

"म्हणूनच मी सुचवतो की, ॲलेक्स आणि त्याची टीम एकत्र आणायची हीच वेळ आहे..." असे म्हणत क्विन पुढे म्हणाला, "त्यांनी एकत्र येऊन असाधारण ध्येयाची आखणी करण्याचे काम पूर्ण करावे, म्हणजे मग त्यांना दुसऱ्या महत्त्वाच्या मार्गाकडे वळता येईल... तो म्हणजे सामाईक ध्येयांची

आखणी करणे.''

सभागृहाच्या खिडकीतून केविन बाहेर बघत असताना त्याला ॲलेक्स येताना दिसला. व्हीलचेअरवर बसून तो स्वागत कक्षातून आत येत होता. त्याला पाहून केविन म्हणाला, ''तो बघ आला ॲलेक्स... निदान आता तरी तो व्हीलचेअरवरून पुढे जाता जाता मेसेज टाईप करत नाहीये...''

स्वागत कक्षात शोकेसमध्ये ठेवलेल्या बेकलेच्या उत्पादनांकडे नजर टाकत ॲलेक्सने आपली व्हीलचेअर सभागृहाकडे वळवली. मीटिंगसाठी तिथे नुकतीच वरिष्ठ मंडळी जमा होऊ लागली होती. त्याने बऱ्याचशा मंडळींशी हस्तांदोलन केले. त्या अद्ययावत तंत्रज्ञानाच्या खुर्चीवर तो बसला असताना एकादोघांनी त्याला आलिंगन देण्याचा प्रयत्न केला. केविनने जमलेल्या मंडळींना शांत बसायला सांगून मीटिंग सुरू करण्याचा आदेश दिला आणि क्विनने सभागृहातील मंडळींसमोर असलेल्या पांढऱ्या फळ्यावर सर्वांना परिचित अशा चांदणीचे चित्र काढले.

क्विनने म्हटले, ''ॲलेक्स, तुझ्या टीमला कळले आहे की, तू उदात्त उद्देश किंवा संकल्प, उत्तम कामगिरी करणाऱ्या संस्था ज्या पाच आचरण पद्धती अवलंबतात, त्याबद्दल शिकतो आहेस.'' असे म्हणत त्याने फलकावर काढलेल्या चांदणीवर हाताने टिचकी मारली आणि चांदणीच्या दुसऱ्या टोकावर लिहिले : सामाईक ध्येयांची निर्मिती करा.

***'असाधारण ध्येयासाठी वचनबद्ध व्हा'***

***सामाईक ध्येयांची निर्मिती करा.***

मग एखाद्या बातमीदारासारखा आवाज काढत केविन पुढे म्हणाला, ''आणखी एक बातमी – तुझी टीमसुद्धा या चांदणीबाबत शिकते आहे. त्या शिकण्यात आम्ही कदाचित तुझ्या थोडेसे पुढे असू. पण ते तुला बरेच वाटेल अशी आशा आहे.''

''नुसतेच बरे नव्हे... उत्तम! खरोखरचं अतिउत्तम!'' ॲलेक्स म्हणाला. ''मी जवळपास नसताना इतकी प्रगती होते आहे, ही खरोखरच विस्मयकारक गोष्ट

आहे.'' त्याच्या बोलण्याने टेबलापाशी बसलेल्या सर्वांच्या चेहऱ्यावर एक उदास हसू पसरले.

केविन एकदम मुद्द्याला हात घालत ॲलेक्सला म्हणाला, ''पण तू आमच्यामध्ये सामील झालास, आम्हाला नेतृत्व दिलेस, तर आम्हाला खूप आनंद होईल.''

क्षणभर थांबून ॲलेक्स म्हणाला, ''माझ्याबरोबर जे घडले, ते कुणाबरोबरही न घडो, अशी माझी तीव्र इच्छा आहे. माझा अपघात म्हणजे जणू मला झोपेतून जागे करण्यासाठीचा गजरच होता म्हणा ना! अंथरुणावर खिळलो असताना मला खोलवर विचार करण्याची संधी मिळाली. मी कसा जगतो आहे आणि कंपनीचे नेतृत्व कसे करतो आहे, हे मला पाहता आले आणि त्यातून मला जाणवले की, दोन्हीकडे माझी कामगिरी फारशी चांगली नाही. तुम्ही मला अजून एक संधी द्याल ना?''

टीममधल्या सर्वांची एकमेकांशी अस्वस्थपणे नजरानजर झाली. ''तू नक्कीच इथे येणार आहेस,'' केविन जॉर्डन म्हणाला आणि इतरांनी संमतीपूर्वक मान हलवली. ॲलेक्सने मान वाकवून त्या सर्वांना धन्यवाद दिले आणि आपल्या प्लास्टरमधल्या पायाकडे बघत तो म्हणाला, ''मी कंपनी चांगली चालवायचा प्रयत्न केला होता... कठोर मेहनत केली होती, पण मला वाटते की, मी चांगला चालक नाही.'' मग क्षणभर थांबून तो म्हणाला, ''मला वाटते की, तुमच्या प्रत्येकाला डझनाहून अधिक उद्दिष्टांची पूर्ती करण्यास सांगितली आहे...'' त्याच्या या वाक्याने उपस्थित टीम सदस्यांमध्ये हास्याची एक लहर उमटली. ॲलेक्स आश्चर्याने त्यांच्याकडे पाहू लागला.

''प्राधान्य देण्यासाठीच्या खूप जास्ती गोष्टी असल्या की, कशालाही प्राधान्य दिले जात नाही, हे मला आता दिसून येते आहे. मला असे वाटते आहे की, आपण एकाच असाधारण ध्येयाने सुरुवात करू, जे ध्रुव ताऱ्याप्रमाणे आपले अढळ ध्येय असेल आणि हे ध्येय एका चांगल्या कार्याशी निगडित असेल.''

''सर्वांनी काय करावे किंवा काय करू नये हे सांगणारे एकच अधिकृत ध्येय –'' मुख्य वित्तअधिकारी नेट स्ट्रायर यांनी शेरा मारला.

क्विन गोंधळल्याप्रमाणे पाहू लागला. त्याने म्हटले, ''तू 'लॉर्ड ऑफ द रिंग' हा सिनेमा कधी पाहिला नाहीस का?''

त्याच्या बोलण्यातला विनोद समजून ॲलेक्सने डोळे मिचकावून त्याला दाद दिली आणि आपल्या भाषणाची गाडी पुढे नेत म्हटले, ''आपल्या टीमसाठी व पर्यायाने आपल्या कंपनीसाठी अत्यंत महत्त्वाची गोष्ट म्हणजे बेकले मेडिकलसाठीच्या असाधारण ध्येयाबद्दल साधकबाधक विचार करणे.''

मग विक्रीविभागाचा प्रमुख, सॅली स्मिथ यांनी खोचक स्वरात म्हटले, ''तुम्ही स्वतःही या बाबतीत काहीतरी विचार केला असेलच ना? टीममध्येसुद्धा या गोष्टीवर

आमची विचारचक्रे सुरू होती, तरीही आमची ध्येयाबाबतच्या निर्णयाची गाडी पुढे जाऊ शकली नाही.''

''ठीक आहे, मी तुम्हाला माझ्या मनातली 'एक' कल्पना सांगतो. तीच वैशिष्ट्यपूर्ण असेल असे नाही. पण मी हॉस्पिटलमध्ये असताना मला एका गोष्टीची समज आली. मला असे वाटते की, एक व्यक्ती म्हणून आणि एक कंपनी म्हणून आपण कोणती मूल्ये जपतो, याबाबत आपण बोलणे गरजेचे आहे. मला सांगा, अशी कोणती गोष्ट आहे की, जिच्याबद्दल आपण खूप आस्था दाखवतो आणि त्याच गोष्टीसाठी सकाळी उठून कामासाठी बाहेर पडण्यास प्रवृत्त होतो?

''बाय द वे, तुम्हाला एक गोष्ट सांगतो... मला हॉस्पिटलमध्ये एक विलक्षण गोष्ट नजरेस आली... ती गोष्ट म्हणजे डॉक्टरपासून नर्सपर्यंत आणि सफाई कामगारांपासून ते सुरक्षा कर्मचाऱ्यांपर्यंत सर्व जण आपापले काम अत्यंत निष्ठेने करत होते. हे सर्व अगदी आश्चर्यचकित करणारे होते... कदाचित आपणही या गोष्टीचा उपयोग करू शकतो.''

मग क्विन म्हणाला, '''तो सफाई कामगार – मायकेल – तुला काय म्हणाला, ते सांग ना.''

''होय... त्याबद्दल बोललेच पाहिजे. मायकेलचे पद 'पर्यावरण सेवा कर्मचारी' असे होते; परंतु तो स्वत:ला 'सेवादाता' असे म्हणवून घेत होता आणि स्वत:ला हॉस्पिटलच्या टीमचा एक महत्त्वाचा भाग समजत होता.''

ॲलेक्सने हा विचार त्याच्या टीमच्या डोक्यात बसवला. मग केविन बोलू लागला, ''आपणही इथे सेवादाता म्हणून काम करतो आहोत. आपल्या जागतिक दर्जाच्या उत्पादनांनी व सेवांनी जे रुग्णांवर उपचार करतात, त्या लोकांची आपण काळजी घेतो, त्यांची सेवा करतो.''

''छान बोललास केविन,'' असे म्हणत त्याने फळ्यावर 'सेवादाता' हा शब्द लिहिला. आपल्याला दुजोरा मिळावा या हेतूने ॲलेक्सने क्विनकडे पाहिले. क्विनने त्याच्याकडे पाहून डोळे मिचकावले. ॲलेक्ससाठी हे पुरेसे होते. तो पुढे बोलू लागला.

''आता आपण आपल्या असाधारण ध्येयाकडे वळू या,'' असे म्हणत त्याने फळ्यावर टिचकी मारली. याच फळ्यावर तो टीम सदस्यांकडून आलेले विचार लिहिणार होता.

''आता आपण जरा स्वत:ला निश्चित केलेले खास काम आणि त्यासाठीची दूरदृष्टी म्हणजेच काहीतरी उभे करण्याचे 'आपले मिशन आणि व्हिजन' याच्या पलीकडे नेऊ या. आपण असे काहीतरी शोधून काढणार आहोत, ज्याच्यामुळे हजारो लाखो जणांवर त्याचा सकारात्मक परिणाम होईल. ते लोक म्हणजे आपले ग्राहक

आणि कदाचित इतर प्रकारचे ग्राहक ज्यांच्याबाबत आपण कधी विचारच केला नव्हता.''

केविनने पुस्ती जोडली – ''असे काहीतरी, ज्यासाठी आपले सर्वांचे एकत्रित योगदान असेल आणि त्यातून प्रत्येकाचा वैयक्तिक मोठेपणाही दिसून येईल. बाय द वे... मागच्या वर्षीच्या फुटबॉलचा विजेता संघ शोधून काढण्यासाठी आयोजित केलेल्या स्पर्धेत मी होतो. त्याबद्दलचा वृत्तांत मी तुम्हाला कधी सांगितला आहे का?''

दुःखाचा खोटा सुस्कारा सोडत सर्वांनी स्मितहास्य केले. त्या सर्वांनी केविनचे फुटबॉलबाबतचे अनेक किस्से ऐकले होते. केविनला आपल्या गोष्टी ऐकल्यावर सर्व जण कसे खोट्या दुःखाने विव्हळतात, हेही पाठ झाले होते आणि म्हणूनच तोसुद्धा त्यांच्या हसण्यात सामील झाला.

''पुढे जाऊ या,'' असे हसत-हसत म्हणत ॲलेक्सने म्हटले, ''आता आपण असाधारण ध्येयातील घटकांबाबत बारकाईने विचार करून निर्णय घेऊ या. तुम्ही सर्व जण तुमच्या कल्पनांबाबत विचार करत असालच... त्या विचारांची मी नोंद करतो...''

मग एकेक करून सदस्यांनी आपले विचार मांडायला सुरुवात केली–

- इतर कर्मचाऱ्यांप्रमाणेच आपणही स्वतःला सेवादात्याच्या भूमिकेत ठेवण्याची कल्पना खरोखरच चांगली आहे.
- आपल्या असाधारण ध्येयामध्ये रुग्णालयीन सेवेबरोबरच इतर वैद्यकीय सेवा अंतर्भूत केली तर?
- जी उत्पादने लोकांच्या आरोग्याची काळजी घेतात व त्यांचे आरोग्य वाढीस लागावे म्हणून उपयोगी ठरतात, त्या उत्पादनांच्या मदतीने लोकांना आरोग्यपूर्ण ठेवण्याचे ध्येय ठेवूया.
- रुग्णालयातून घरी गेल्यावर रुग्णाच्या तब्येतीत वेगाने सुधारणा होत राहावी यासाठीची उत्पादने निर्माण केली जावीत.
- आपल्या उत्पादनांच्या किमतीत आमूलाग्र बदल करून ती लोकांना अधिक परवडणाऱ्या किमतीची केली तर ती विकसनशील देशांतील लोकांनासुद्धा परवडू शकतील.
- आपण 'सर्व जगाला पूर्णपणे नवीन' अशी काहीतरी नावीन्यपूर्ण गोष्ट करण्याचे ध्येय ठेवले तर...?

वरिष्ठ टीमचा विचारविनिमय बराच वेळ चालू होता. शेवटी ॲलेक्सने त्याचा सारांश काढण्यास मदत केली. फळ्याकडे वळत तो म्हणाला, ''आपण असाधारण

ध्येयाची बाह्य रूपरेषा निश्चित केली आहे, असे मला वाटते आहे. हे सर्व अशा रीतीने चालले आहे, की मला वाटते, आपण एखाद्या चित्रकोड्याच्या ठोकळ्यांचे कडेचे ठोकळे गोळा करून ते त्या चित्रामध्ये बसवतो आहोत. मला असे सुचवावेसे वाटते की, आपण आपल्या चर्चेतून पुढे आलेल्या अशा कल्पना उचलाव्यात, ज्या तुम्हाला एखाद्या गोष्टीची आठवण करून देण्यासाठी साद घालतील आणि ज्या पूर्ण करण्यासाठी आपली बुद्धिमत्ता पणाला लावतील आणि म्हणूनच चित्रकोड्याची बाहेरची रूपरेषा पूर्ण करण्यासाठी आपण कंपनीतल्या इतरांना सहभागी करून घेऊ.''

नेटने हबकून विचारले, ''कंपनीतल्या इतर जणांना?''

''होय नेट, कंपनीतले इतर जणही या कामात सहभागी होतील,'' ॲलेक्स म्हणाला. मग त्याने टीममधल्या इतर जणांकडे वळत विचारले, ''अशा कोणत्या गोष्टी आहेत, ज्या तुम्हाला एखाद्या गोष्टीची आठवण करून देण्यासाठीची साद घालतात आणि ज्या पूर्ण करण्यासाठी आपली बुद्धिमत्ता पणाला लागेल?''

त्यांच्या प्रश्नोत्तरांतून खालील कल्पना पुढे आल्या :

*रुग्णालयाच्या चौकटीपलीकडे जाऊन रुग्णाची जोपासना करणाऱ्या गोष्टींची पूर्ण मालिका तयार करण्याचे ध्येय बाळगणे.*

*अत्यंत नावीन्यपूर्ण अशा उत्पादनांची व सेवांची निर्मिती करणे.*

*आपण एक सेवादाता आहोत हा दृष्टिकोन स्वीकारणे व स्वत: टीमचा एक हिस्सा म्हणून होणे.*

*आपल्या उत्पादनांचा व सेवांचा वापर करून लोकांचे जीवन व आरोग्य सुधारण्याचे ध्येय ठेवणे.*

*कंपनीमध्ये रुजू होण्याचे कारण – लोकांचे जीवन व आरोग्य सुधारण्याचे ध्येय!*

''मी या गोष्टींशी सहमत आहे. पण तुम्हा सर्वांना याबाबत काय वाटते?''

बऱ्याच जणांनी होकारार्थी माना डोलावल्या व त्यावरून बहुतेक सर्वांनी त्या कल्पना उचलून धरल्याचे स्पष्ट झाले.

''ठीक तर मग,'' ॲलेक्स पुढे बोलत म्हणाला, ''आपण आता या कल्पना साकारणारे असाधारण ध्येय आखू या.'' असे म्हणत तो फळ्यावर लिहू लागला : आपण जगभरच्या लोकांचे जीवन व आरोग्य सुधारणाऱ्या नावीन्यपूर्ण अशा

उत्पादनांची निर्मिती करण्याची महत्त्वाकांक्षा बाळगतो आहोत. आपण आरोग्य जोपासणारे आणि जीवन सुधारक आहोत.

नेटने म्हटले, "मला असे वाटते की, ही फार कटकटीची प्रक्रिया होईल. संपूर्ण कंपनीतून आपल्या कामगिरीसाठी लोकांना सहभागी करून त्यापासून लाभ मिळवून घेणे, हे फारच जिकिरीचे काम आहे."

सॅलीने व्हर्जिनियन भाषेचा हेल काढत टवाळीच्या स्वरात म्हटले, "मला वाटते की, ते सर्व जण यासाठी भुकेलेलेच आहेत. नेट, ते नक्कीच संचालक मंडळात यायला तयार होतील."

क्विन त्याच्या टेबलावरील कागदावर कशाचे तरी रेखाटन करण्यात गुंतला होता. रेखाटन पूर्ण झाल्यावर ॲलेक्सने त्याच्या जवळ जाऊन तो कागद आपल्याकडे घेतला, तेव्हा त्याच्या चेहऱ्यावर हसू होते.

"मला पण ते फार आवडले," मार्केटिंग म्हणजे विपणन विभागाची प्रमुख एंजल कॅबर हिने म्हटले. "या आकृतीत एखाद्या सामर्थ्यशाली ब्रॅन्डचे सर्व प्रमुख घटक आहेत अन् आपण उत्पादन करत असलेल्या मालाची ओळख आणि वापरल्या जाणाऱ्या उत्पादनाचा उद्देश..."

ॲलेक्सने एंजलच्या स्पष्टीकरणाला मान दिला. तिचा उत्साह पाहून त्याला आनंद झाला.

मनुष्य साधन विभागाचा प्रमुख मॅट जोहीम तिच्या खांद्यावर हात ठेवत म्हणाला, "आपल्या सहकाऱ्यांना आपण या तिन्ही गोष्टींचा संबंध आपल्या ग्राहकांपर्यंत पोहोचवायचा आहे... मला माहीत आहे आणि मी ते करेन."

"म्हणूनच एका वर्षापूर्वी मी इथे आलो," संशोधन आणि विकास विभागाचे उपाध्यक्ष डॉ. स्टॅन राल्स्टन यांनी म्हटले. सर्वजण त्यांना डॉ. स्टॅन म्हणूनच ओळखत. त्यांच्या म्हणण्याला सर्वांनी दुजोरा देत म्हटले, "आम्हीसुद्धा सहभागी व्हायला तयार आहोत." म्हणजेच सर्वजण एकीकरणासाठी तयार होऊन हातमिळवणी करू लागले होते तर....!

या सगळ्यांमध्ये बाजूला राहिला होता तो फक्त नेट! ॲलेक्स बोस्टनमध्ये काम करत असल्यापासून तो ॲलेक्सचा मित्र होता. त्याने म्हटले, ''या कंपनीला किती गुण मिळतील ते पाहणे हे माझे काम राहील आणि मी या कामासाठी वचनबद्ध राहीन.''

ॲलेक्सने त्याच्या मित्राचा शेरा ऐकला, 'काहीतरी बिनसले आहे...' त्याच्या मनात आले. पण पुढे बोलत तो म्हणाला, ''ठीक आहे. आता आपण बेकलेचे असाधारण ध्येय यशस्वी होण्यासाठी आवश्यक गोष्टींचा आराखडा तयार केला आहे, आता त्याला दृढ संमती मिळण्यासाठी आपण कंपनीतल्या इतरांना सहभागी करून घेऊ.''

तितक्यात ''मला आपल्या सर्वांना काहीतरी द्यायचे आहे,'' असे म्हणत क्विनने आपल्या ब्रिफकेसमधून काही पेपर्स काढले आणि ते सर्वांना वाटत तो म्हणाला, ''आता आपण आपल्या पाच मार्गांपैकी दुसऱ्या मार्गाकडे वळू या. तो म्हणजे 'सामाईक ध्येयांची उभारणी करणे.' माझा हा अनुभव आहे की, ही एक अशी गोष्ट आहे की, जी स्वत: अलिप्त राहून, हातमिळवणी केलेल्या सामूहिक कार्याला वेग देते. तुम्ही कदाचित म्हणाल की, आपल्या चांदणीवरचा दुसरा बिंदू तर 'सामाईक ध्येय संपादन करणे' असे सांगतो... आता आपण बघू या की, आपल्या टीममध्ये एकमेकांशी अंतर्गतरीत्या जोडल्या गेलेल्या सामाईक ध्येयांची उभारणी कशी करता येईल ते.''

क्विनने आपल्या वाचायच्या चष्म्यातून वर पाहत म्हटले, ''बऱ्याच संस्था हे शिकल्या आहेत की, पारंपरिक पद्धतीने ध्येय निश्चित केल्यास आपली कामगिरी अजिबात चांगली होऊ शकत नाही. त्यामुळे आपला उद्देश चांगला असूनही अंतर्गत स्पर्धा, दूरदृष्टीने विचार न करणे आणि वेगवेगळ्या विभागातील कामात नीट सुसूत्रता नसणे यासारखे दुष्परिणाम होताना दिसतात; परंतु सामूहिक यशासाठी वचनबद्ध, एकमेकांशी वचनबद्ध व एका असाधारण ध्येयाशी हातमिळवणी करणाऱ्या सामाईक ध्येयांची निर्मिती केली, तर खातरीलायकरीत्या आपल्याला यश मिळू शकते.''

''आपण याबद्दल नुसतेच ऐकत राहणार आहोत की, प्रत्यक्ष कृती करणार आहोत?'' कार्यविभागाचा उपाध्यक्ष टोनी फाल्कन याने विचारले.

''होय टोनी,'' असे म्हणत ॲलेक्सने त्याला प्रोत्साहित केले.

''हे तू करच!'' क्विनने म्हटले. ''आम्ही आपल्या असाधारण ध्येयाचा मसुदा तयार केला आहे अन् ते ध्येय पूर्ण करण्यासाठी आता ही टीम सामाईक ध्येयांची उभारणी कशी करेल, ते पाहायचे.''

त्यानंतर जॉन विल्सन या कृतियोजना विभागाच्या उपाध्यक्षाने बोलायला सुरुवात केली. ''मला असे वाटते की, यश देणाऱ्या महत्त्वाच्या घटकांमध्ये ज्यांचा अंतर्भाव असणे जरुरी आहे, अशा घटकांबाबत आपल्या सर्वांचे एकमत होईल. उदा. निवडीसाठी पर्याय देणे वगैरे.

यश देणाऱ्या या महत्त्वाच्या घटकांचा उपयोग, स्पर्धात्मकरीत्या आपला फायदा करून घेण्यासाठीचे ध्येय आखणे म्हणजे खरोखरच चलाखीचे काम आहे. आपण या घटकांच्या मुळाशी असलेल्या व्यवसाय प्रक्रियांचे विश्लेषण केले पाहिजे. आपला वेगळेपणा उठून दिसण्यासाठी आपल्या महत्त्वाच्या व्यवसाय प्रक्रिया सर्वोत्तम असल्या पाहिजेत आणि म्हणूनच त्या व्यवसाय प्रक्रिया सुधारण्यासाठी आपण कसा पुढाकार घ्यायचा याची रूपरेषा आखली पाहिजे. हे सर्व म्हणजे कृतियोजना निश्चित करणे व ती अमलात आणणे होय.''

''मीसुद्धा अगदी हेच म्हणतो,'' क्विनने पाठिंबा देत म्हटले. ''प्रत्येक कृतियोजना ही तुम्ही असाधारण ध्येय कसे पूर्ण कराल याबद्दल आखलेली असते व प्रत्येक कृतियोजनेनुसार समुदाय एकत्रितपणे जे ठरवतो, ते तुमचे सामाईक ध्येय होय.'' असे म्हणत क्विनने झट्‌कन पांढऱ्या फळ्यावर रेखाटन केले :

क्विनने म्हटले, ''ही आहे आपण एकत्रितपणे काय व कसे करणार आहोत हे दाखवणारी आकृती.''

**असाधारण ध्येय**

*आपण हे का करत आहोत?*

**सामाईक ध्येय**

*आपण एकत्रितपणे*
*काय करणार आहोत?*

**महत्त्वाच्या कृतियोजना**

*आपण यश*
*कसे मिळवू शकतो?*

मग दुपारपर्यंत सभागृहातील पांढरा फळा, ध्येय आणि कृतियोजना 'काय व कसे' यांच्या रंगीबेरंगी रेखाटनांनी भरून गेला. टीमने त्या ढीगभर कल्पनांमधून पाच निवडक ध्येये व पाच निवडक कृतियोजना निवडल्या. सामाईक ध्येयांची जबाबदारी वरिष्ठ टीममधल्या प्रत्येक सदस्याने समप्रमाणात उचलली. मग क्विन हळू आवाजात ॲलेक्सला म्हणाला, ''सामाईक ध्येयांच्या पूर्तीसाठी सामाईक नेतृत्वाची गरज असते ॲलेक्स, पण आपण त्याच्याबद्दल नंतर बोलूया.''

असाधारण ध्येयासाठी अधिकृत मान्यता कशी मिळवायची, त्यासाठी कंपनीतल्या व बाहेरच्या लोकांना कसे वळवून घ्यायचे, ध्येयाबाबतच्या कृतियोजना व संपूर्ण कंपनीभरातील सामाईक ध्येये इत्यादींबाबत दुपारच्या जेवणानंतर टीमची चर्चा सुरू झाली. डॉ. स्टॅन यांनी नेहमीप्रमाणे गुरूपदेश केला. मात्र नेट गप्प होता. त्याला काही विचारल्यावरच त्याने उत्तरे दिली एवढेच!

क्विनने सल्लागाराची भूमिका घेत म्हटले, ''एखाद्या गोडाऊनचा वापर आपल्याला या कामासाठी करता येईल. रिकाम्या गोडाऊनमध्ये हलवता येणारे पांढरे फळे आणि पांढरे स्क्रीन ठेवून आपण त्या जागेचे खोल्यांमध्ये रूपांतर करू आणि त्या खोल्यांना वर्ग असे म्हणू. इथल्या स्थानिक बी स्कूलने तसेच केले आणि ती कामगिरी पार पाडली. आपल्याला हवी असलेली माहिती मिळवण्यासाठी आपण गटांकडून कल्पना मिळवण्याची पद्धत वापरू शकतो.''

मग वरिष्ठ टीमने एकूण दोन दिवसांची कार्यशाळा भरवण्याचे नक्की केले. ही कार्यशाळा कंपनीबाहेरच्या एखाद्या जागेवर असणार होती. पहिल्या दिवशी वैयक्तिकपणे व सामूहिकपणे कंपनीच्या असाधारण ध्येयाला निश्चित दुजोरा दिला जाणार होता व हे ध्येय दोन्ही बाजूंनी अर्थपूर्ण बनवले जाणार होते.

यामुळे वरिष्ठ टीमला दुहेरी फायदा होणार होता. तो म्हणजे त्यांना सर्वांचे म्हणणे ऐकता येणार होते आणि दुसरे म्हणजे त्यांना आपले नेतृत्व दाखवण्याची संधी मिळणार होती. दुसरा दिवस या ध्येयाच्या पूर्तीसाठी आवश्यक अशा भरपूर कृतियोजना व सामाईक ध्येये आखून ती वेगवेगळ्या विभागांकडे पाठवणे यासाठी राखून ठेवला होता.

प्रत्येक अधिकारी ही प्रक्रिया किती प्रमाणात शक्य करू शकेल यासाठी क्विनने मार्गदर्शन केले.

दिवस संपत आला होता. तोपर्यंत टीमने या दोन दिवसांच्या कार्यशाळेसाठीच्या मार्गदर्शक तत्त्वांची यादी तयार केली होती, जिचा मुख्य उद्देश होता की, असाधारण ध्येयपूर्तीसाठी प्रत्येकाला त्यात सामील करून घ्यायचे व त्याच्या किंवा तिच्या मनातील सर्वोत्तम कल्पना त्यांना पुढे येऊन मांडू द्यायच्या.

कार्यशाळेच्या ठिकाणी पोहोचायचा मार्ग दाखवणारा नकाशा तयार करण्यात आला. त्याच्या वरच्या भागांत क्विनने रोजच्या जीवनात करायला अतिशय सोप्या अशा काही गोष्टी लिहिल्या व त्यापुढे एकेक ठळक बिंदू दाखवून कार्यशाळेची उद्दिष्टे मांडण्यात आली. ती खालीलप्रमाणे होती :

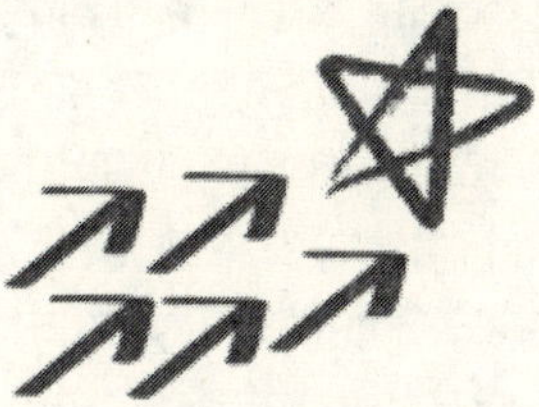

**असाधारण ध्येयासाठी हातमिळवणी**

- कार्यशाळा सुरू होण्याआधी तिचा उद्देश काय हे लोकांना माहीत करून द्या व कार्यशाळा भरवण्याच्या आधी जरुरी असलेल्या कामांना दिशा द्या. लोकांना त्यांच्या वैयक्तिक मूल्यांबाबत व कंपनीच्या मूल्यांबाबत व सामाईक उद्देश व महत्त्वाच्या घडामोडीत शक्य असलेल्या कृतियोजनेबाबत विचार करायला सांगा.
- कार्यशाळेच्या पहिल्या दिवशी कंपनी म्हणून आपण कोण आहोत, आपली ओळख व इतिहास दाखवणारे स्पष्ट जोडचित्र तयार करायला सांगा. आपण ज्या मूल्यांच्या आधाराने जगतो आहोत त्या महत्त्वाच्या, पण दिसून न येणाऱ्या मूल्यांवर नजर टाकायला सांगा. प्रत्येकाला 'आपल्याला हवा असलेला भविष्यकाळ कसा असावा व आपण सर्वजण मिळून एकत्रपणे कोणत्या प्रकारचा लोकसमूह बनवू शकतो' याचे वर्णन करायला सांगा. वास्तव आणि आपली महत्त्वाकांक्षा असणाऱ्या मूल्यांमधला फरक लक्षात घेऊन त्याची नोंद करा.
- पहिल्या दिवसाच्या शेवटी बेकले मेडिकलच्या असाधारण ध्येयाबाबत एकमेकांना काय समजले आहे याचा सारांश लिहा. त्याचप्रमाणे किती प्रमाणात वचनबद्धता पाळली गेली, हे ही निश्चित करा.
- दुसऱ्या दिवशी आपल्या असाधारण ध्येयाला आधार देणारे सामाईक ध्येय तयार करा व सामाईक ध्येयांची पूर्ती करण्यासाठी ज्या सर्व विभाग व टीम्सनी एकत्र काम करणे जरुरी आहे, असे सर्व विभाग व टीम्सना एकत्र आणा, जरी सद्यस्थितीमध्ये ते एकमेकांच्या विरोधात असले तरीही!
- असाधारण ध्येयाची पूर्ती करण्यासाठी कंपनीमधल्या सर्व लोकांची हातमिळवणी करण्याचे ध्येय ठेवा. सामाईक ध्येय व कृतियोजनेसाठी वचनबद्ध व्हा आणि एकमेकांना मदत करा.

यश म्हणजे काय? तर असाधारण ध्येयासाठी सर्वांनी एकत्र येऊन केलेली हातमिळवणी!!

सर्व अधिकारी क्षणभर विचार करत शांत बसले. कार्यशाळेमुळे कंपनीसाठी काहीतरी चांगले व भरीव कार्य घडण्याची शक्यता निश्चितच वाढली होती. अर्थात काही लोक, पूर्ण संस्थेतील कामाची व्याप्ती लक्षात घेता, असाधारण ध्येयाबाबतची हातमिळवणी कशी करता येईल, या विचारांनी अस्वस्थ झाले. कारण हा एक खरोखरच मोठा उपक्रम होता. मात्र बऱ्याच जणांना आपल्याला कंपनीतल्या अनेक गोष्टींची जाणीव होत असल्याचे समजले. या बदलाचे नेतृत्व करणे हा जरी महत्त्वाकांक्षी प्रकल्प असला, तरी सांघिक कामगिरीने तो शक्य होईल असे टीमला वाटत होते आणि म्हणूनच टीम एकत्रितपणे या कामगिरीत सहभागी झाली होती. वरिष्ठ टीममधल्या प्रत्येक सदस्याने कार्यशाळेबाबतचे नियोजन करण्यात व ते काम सोपे करण्यात महत्त्वाची भूमिका बजावली.

त्यानंतर प्रत्यक्ष कृतीशी निगडित बऱ्याचशा मुद्द्यांबाबत चर्चा करण्यात आली. आपल्या संपूर्ण कंपनीतले कर्मचारी आपण एकत्रपणे कुठे आणू शकतो? कामाच्या ठिकाणी नसताना आपण आपल्या संपूर्ण कर्मचारी वर्गाची कशी हाताळणी करू शकतो इत्यादी.

ॲलेक्स म्हणाला, "आपण सर्व कामाच्या जागेपासून दोन दिवस दूर राहणार आहोत. मला वाटते की, त्यासाठी आपल्याला आपल्या कामांत सुसूत्रता आणण्याचा गांभीर्यपूर्वक विचार करावा लागेल. त्याबद्दलचे माझे विचार तुमच्यापुढे मांडतो. आपण कंपनीत नसल्याबाबतची अधिकृत सूचना दिली पाहिजे व त्याबाबतचे नियोजनही केले पाहिजे. लक्ष ठेवण्यासाठी व काही तातडीचे मुद्दे उपस्थित झाल्यास त्याबद्दल आपल्याशी संपर्क साधण्यासाठी तात्पुरती मदतही घेतली पाहिजे. आपल्या नियोजनाबाबतच्या पुढच्या सत्रामध्ये आपण प्रत्येकजण या मुद्द्याबांबत व उपलब्ध पर्यायांबाबत चर्चा करू या आणि ही कार्यशाळा कुठे भरवायची, याबाबत क्विन सुचवू शकेल."

मग क्विनने पिट्सबर्गच्या ईस्ट लिबर्टी नेबरहूड या ठिकाणी ही कार्यशाळा भरवता येऊ शकत असल्याचे सांगितले. पिट्सबर्गच्या लगत असलेले हे शहर एकेकाळी जुने व भव्य होते. वैद्यकीय व तंत्रज्ञान संशोधनामध्ये भरपूर गुंतवणूक असलेल्या विद्यापीठांनी ओसंडून वाहणाऱ्या आणि उत्साहाने गजबजलेल्या पिट्सबर्ग शहराच्या बाजूला असूनही ईस्ट लिबर्टीच्या शहरवासीयांना गरिबीशी झगडावे लागले होते. पण गेल्या दहा वर्षांत ईस्ट लिबर्टीतल्या सर्व छोट्या वसाहती एकत्र आल्या होत्या आणि एका महत्त्वाच्या ध्येयासाठी कार्यरत होत्या ते म्हणजे, 'प्रत्येकासाठी काम करणाऱ्या लोकांच्या समुदायाची निर्मिती!' आणि या ध्येयामुळे खरोखरच चांगले परिणाम झालेले दिसून आले. विषयांतर होऊन जनसमुदाय उभारणीबाबत आवेशपूर्ण संभाषण केल्यानंतर नियोजन सत्र स्थगित करण्यात आले. क्विन आणि ॲलेक्स हे दोघेच बेकलेच्या भोजनकक्षांत गेले आणि त्यांनी सभेबाबत चर्चा केली.

''ॲलेक्स, या चर्चेवरून तुला काय दिसून येते आहे ते सांग.''

''तू परत एखादी शिकवणी घेणार आहेस का?'' ॲलेक्सने धूर्तपणे हसत विचारले.

क्विनने त्याला प्रोत्साहित करत म्हटले, ''चांगले नेते सातत्याने निरीक्षण करून, एखाद्या गोष्टीबाबत खोलवर जाऊन विचार करून, शिकून, बदलून व वाढवत नेऊन आपली कामगिरी आणखी चांगली करतात.''

''मी बऱ्याचदा फार घाईघाईने एखाद्या गोष्टीबाबत विचार करतो,'' ॲलेक्स उत्तरला. ''म्हणूनच याबाबत बोलण्यासाठी मी माझ्या मेंदूला चालना दिली पाहिजे, जो काही बाबतीत जरा झोपून राहिला आहे.''

''मग आतापर्यंत तुला स्पष्टपणे समजलेल्या गोष्टी कोणत्या?''

''चांदणी बोधचिन्हाने व्यक्त केलेल्या गोष्टी... जरीही तू एकावेळी एकच गोष्ट उलगडून स्पष्ट करत असलास तरीही!''

''हो हो... जरा सबुरीने घे!'' क्विन म्हणाला. ''एका वेळी एकाच दिवसातल्या गोष्टीबद्दल बोलायचे.''

''मी या असाधारण ध्येयाला 'ध्रुवतारा' असे संबोधतो. त्याने माझ्या टीममध्ये काय फरक घडवला, हे मी आत्ताच पाहिले. हीच प्रक्रिया संपूर्ण कंपनीत राबवायच्या कल्पनेनेच मी उत्तेजित झालो आहे आणि मला सामाईक ध्येयांची कल्पना खरोखरच आवडली आहे. प्रत्येकाला वैयक्तिक व बऱ्याच ध्येयांची पूर्ती करायला सांगण्याच्या माझ्या पद्धतीपेक्षा आपल्या महत्त्वाच्या कृतियोजनांभोवती मांडता येणारी कमी संख्येतील व महत्त्वाची सामाईक ध्येये आखणे केव्हाही चांगलेच आहे. आता मला दिसतयं की, मी आपले प्रयत्न पूर्ण क्षमतेपर्यंत नेण्यात कसा कमी पडत होतो ते.''

क्विन उठून उभा राहिला आणि म्हणाला, ''तसं असेल, तर त्या संदर्भात मी तुला आणखी एक गोष्ट सांगू का? ती जरा खासगी आहे. आपण पहिल्यांदा भेटलो होतो, तेव्हा मी तुला माझ्या अपघाताबद्दल सांगितले होते. त्या अपघातात माझे दोन्ही पाय मोडले होते.''

''होय... तेव्हा काय झालं होतं?'' ॲलेक्सचा स्वर जरा धारदार झाला होता.

''ही खूप पूर्वीची गोष्ट आहे आणि तिच्यातून माझा शहाणपणा दिसून येतो असे मी अजिबात म्हणणार नाही. माझ्या तरुणपणातली गोष्ट आहे ही! तेव्हा मी खूप धाडसी वृत्तीचा होतो. माझ्या मित्रांबरोबर युरोप खंडातील मलोरका येथे पर्वतारोहणासाठी उंच खडकांवर चढण्याचे साहस करण्यासाठी मी गेलो होतो. आम्ही सर्वांनी स्वत:ला हूकमध्ये अडकवून एकदमच हे साहस करायला सुरुवात केली, पण मला एकट्याला पर्वताचे शिखर सर्वांत आधी गाठायचे होते. तुझ्यासारखाच मी पण जरा जास्तच स्पर्धात्मक वृत्तीचा होतो. मी माझ्यावर अडकवलेला हूक काढून

टाकला आणि एकटाच वर चढू लागलो. सर्व काही तसे ठीक चालले होते, पण अचानक सर्व काही बिघडले... मी चाळीस फूट खोल खाली पडलो... अगदी मृत्यूच्या खाईतच लोटलो म्हण ना! त्या अपघातात माझे दोन्ही पाय तर तुटलेच, पण माझा अहंकारही कायमचा दरीत कोसळला. मग माझ्या टीम सदस्यांनी मला घरी आणून सोडले. सामाईक ध्येय ठेवणे म्हणजे जणू स्वत:ला दोरीने बांधणे व संघ म्हणून एकत्रितपणे पर्वतारोहण करण्यासारखेच आहे.''

क्विन बोलायचा थांबला. त्याला ॲलेक्सने खोलवर विचार करून दिलेले उत्तर ऐकायचे होते.

ॲलेक्सने म्हटले, ''मला असे वाटते की, तुझ्याकडे सामाईक ध्येयांचे अंतरंग उलगडून दाखवणारे अजून एखादे 'कार्ड' आहे. होय ना?''

क्विनने धूर्तपणे आपल्या जॅकेटच्या खिशातून एक कार्ड काढले व ते ॲलेक्सच्या हातात दिले.

त्यावर लिहिले होते :

**आचरण पद्धती क्र. २ : सामाईक ध्येयांची बांधणी करा.**

*तत्त्वे :*

- सामाईक ध्येयांमुळे खऱ्या सांघिक कामाला (टीमवर्कला) सुरुवात होते.
- सामाईक नेतृत्वामुळे सामाईक ध्येयांची पूर्तता करणे शक्य होते.

''मला हे फार आवडलं!'' ॲलेक्स म्हणाला.

तितक्यात ॲलेक्सचा मदतनीस आत आला व म्हणाला, ''नेट स्ट्रेयरला तुमच्याबरोबर बोलायचे आहे. त्यासाठी त्याला मीटिंगची वेळ हवी आहे आणि तुमचे टीमबरोबर चर्चासत्र सुरू असताना तुमच्या मुलीचाही फोन येऊन गेला.''

''तिने काही निरोप दिला का?'' ॲलेक्सने विचारले.

''तुम्ही ठीक आहात ना, याची चौकशी करण्यासाठीच तिने फोन केला होता. ती खरोखरच गोड मुलगी आहे... पण तुम्हाला नक्की बरे वाटते आहे ना? कारण मी फोनवर तसे सांगितले.''

क्विनने आपल्या वाचायच्या चष्म्यातून नजर वर करत ॲलेक्सला म्हटले, ''तिला तुझी काळजी वाटते... ती तिच्या वडिलांना गमावून बसणार होती. तिच्यासाठी वेळ काढ आणि एकत्रपणे वेळ घालवायचा एखादा मार्गही शोधून काढ! तुम्हाला दोघांना आनंद मिळेल असे काहीतरी कर आणि सामाईक अनुभव काय असतो, ते समजून घे.''

ॲलेक्सने हसत म्हटले, ''हे मला सांगितल्याबद्दल थँक्स, क्विन... मी नक्कीच तसे करेन.''

# निष्पत्ती... (ठरवले नव्हते ते घडले!)

एक आठवड्यानंतरची गोष्ट! त्या दिवशी अगदी सकाळी, मॅट जोशेम हा मनुष्यसाधन विभागाचा मुख्याधिकारी अॅलेक्सला भेटायला आला.

"बसा ना," असे म्हणत अॅलेक्सने त्याचे स्वागत केले. मग काही जुजबी वैयक्तिक गोष्टींवर बोलणे झाल्यावर ते दोघे व्यवसायाबाबतच्या चर्चेवर उतरले.

"काय झाले मॅट?" अॅलेक्सने करडेपणाने विचारले.

"मागच्या आठवड्यातल्या आपल्या मीटिंगपासून मी हातमिळवणीबाबत बराच विचार करतो आहे आणि अनेक गोष्टी बारकाईने तपासतो आहे."

"वा, फारच छान!" अॅलेक्स उद्गारला.

"हे सर्व अगदी माझ्या नाकासमोर चालले आहे... पण मी तुम्हाला ते अगदी सरळपणे सांगून टाकतो आहे. मला एका गोष्टीचे आश्चर्य वाटते आहे की, आपल्याकडे तयार होण्याच्या प्रक्रियेत असलेल्या खंडीभर वैद्यकीय उत्पादनांची निर्मिती अगदी संथगतीने का होत आहे? त्यामागचे कारण काय? मी इंजिनिअर नाही, पण एक चांगला मानव-संसाधन अधिकारी आहे."

"होय, नक्कीच!" अॅलेक्स म्हणाला.

"तुम्हाला सांगतो, मी माझ्या इंजिनिअर्सशी संवाद साधून त्यांच्या रोजच्या कामकाजाविषयी चौकशी करत होतो. ते त्यांचा वेळ कसा कारणी लावतात आणि उत्पादनांसंबंधी त्यांच्या प्रयत्नांची विभागणी कशी करतात, हेही मी त्यांना विचारले. आणि मला आश्चर्यकारक आणि अस्वस्थ करणारे असे काही तरी आढळून आले."

"बरं मग?" असे म्हणत अॅलेक्स पुढे झुकला आणि लक्ष देऊन ऐकू लागला.

आपल्या हातातील आलेखाचा कागद अॅलेक्सकडे सरकवत मॅट म्हणाला, "प्रत्येक इंजिनिअरला सरासरी सहा किंवा त्याहून अधिक उत्पादनांकडे वेळ द्यावा लागतो."

अॅलेक्स त्या आलेखाकडे पाहत म्हणाला, "अस्सं!"

पण खरे तर त्याने त्या आलेखाकडे नीट पाहिले नव्हते.

"मी तुम्हाला समजावून सांगतो," असे म्हणत मॅट पुढे बोलू लागला. "याचा परिणाम म्हणून या इंजिनिअर्सनी स्वत:चा वेळ अनेक उत्पादनांमध्ये विभागून घेतला, कारण त्यांना नक्की कोणत्या गोष्टींना प्राधान्य द्यायचे याची खातरी नव्हती आणि जरी यातील एखादा तरी प्रकल्प अयशस्वी झाला, तरी त्यांना आपली नोकरी जाण्याची धास्ती नव्हती. खरे तर ही आपलीच म्हणजे वरिष्ठ व्यवस्थापकीय टीमची चूक आहे." ॲलेक्सकडे पाहत त्याने म्हटले. "आपण सर्वजण म्हणजेच वरिष्ठ व्यवस्थापकीय टीमने मोठ्या, उच्च प्राधान्य असलेल्या आणि महत्त्वाचे बदल घडवून आणणाऱ्या प्रकल्पांसाठी पूर्णपणे हातमिळवणी केली नव्हती."

ते सर्व ऐकून ॲलेक्स अवाक झाला. पूर्वी काय होत होते, हे त्याच्या ध्यानांत आले. "आता पुढे काय?" स्वत:शीच बोलल्याप्रमाणे तो मॅटकडे बघत म्हणाला.

"मला असे वाटते आहे की, आपण सर्वजणच अशा गोष्टी थांबवायला तयार आहोत ज्यांची निष्पत्ती आपल्याला हवी तशी होत नाही. म्हणजेच असे प्रकल्प, जे यशस्वी होण्याची सुतरामही शक्यता नाही. एक वरिष्ठ टीम म्हणून आपण आधी हातमिळवणी करू या आणि आपल्याकडच्या प्रतिभावान व्यक्तींना, महत्त्वाच्या शोध प्रकल्पांच्या कामी आणू या. आपल्या इंजिनिअर्सच्या टीमला व वैज्ञानिकांना आपण हमी दिली पाहिजे की, ते ज्या नवीन प्रकल्पांना प्राधान्य देत आहेत व त्यावर लक्ष केंद्रित करत आहेत, असे प्रकल्प जरी यशस्वी झाले नाही, तरीही त्यांच्या नोकऱ्या कायम राहतील."

"प्रकल्पाला प्राधान्य देण्याची प्रक्रिया बदलून आपण कामाकडे वळू या," ॲलेक्स म्हणाला.

"आणि अंगभूत गुणांच्या व्यवस्थापनाबाबतचा आपला मार्ग वापरून पाहू या," मॅट म्हणाला.

"मान्य आहे. आपण यावर एकत्रपणे काम करू, मॅट!" ॲलेक्स म्हणाला.

# आव्हान

त्यानंतरच्या दिवशीची गोष्ट! त्या दिवशी ॲलेक्स आपल्या मित्राला, नेटला भेटायला त्याच्या ऑफिसमध्ये गेला. त्या दोघांचे संभाषण सुरू झाल्यावर ॲलेक्सच्या लगेचच लक्षात आले की, नेट जरा जास्तच निराश, उदास वाटतो आहे.

नेटने ॲलेक्सच्या प्रकृतीची चौकशी केली अन् त्याच्या आई व मुलीची खुशालीही विचारली. हे विचारताना त्याच्या स्वरांत सच्चेपणा होता आणि मग त्याने आपली गाडी मुद्द्यांकडे वळवली. त्याचा सूर तक्रारीचा होता आणि त्याचा रोख मुख्यत: केविन, क्विन व असाधारण ध्येयाकडे होता.

"तू अशा गोष्टींना पाठिंबा देतो आहेस, यावर माझा विश्वास बसत नाही," नेट कुत्सितपणे म्हणाला. "ॲलेक्स, तुला झालंय तरी काय? त्या अपघातमुळे तुझ्या मेंदूत काहीतरी गडबड नाही ना झाली?"

ॲलेक्सनेच त्याच्याबरोबर नेटला बेकले मेडिकलमध्ये आणले होते व म्हणूनच ॲलेक्सने त्याचे बोलणे शांतपणे ऐकले. नेट बोलायचा थांबल्यावर ॲलेक्सने म्हटले, "नेट, या कामासाठी एक संधी दे. मला तुझी गरज आहे."

नेटच्या चेहऱ्यावर नाराजी पसरली. त्याच्या कपाळावर आठ्या पडल्या. त्याने आपली फिरती खुर्ची थोडे मागे वळवली आणि ॲलेक्सला संमती दाखवत म्हणाला, "ठीक आहे, मी तुझ्याबरोबर आहे बॉस!"

ॲलेक्स निघून गेला. मात्र त्यानंतर लगेच नेटने कंपनीतल्या इतर अनेक लोकांना फोन केले व असाधारण ध्येयाबाबतची योजना थांबवण्याबाबत कट केला व जणू कंपनीतले लोक संकटात सापडणार आहेत असे समजून, सहानुभूती दाखवत त्याने त्यांच्याबद्दल आपल्यालाही दु:ख होत असल्याचे दाखवले.

त्याला कंपनीला तर वाचवायचे होतेच, पण ॲलेक्सलाही स्वत: चुकीचा निर्णय घेण्यापासून वाचवायचे होते.

त्या रात्री क्विनने ॲलेक्सला घरी सोडले. ॲलेक्स गप्प होता, पण क्विनने त्याला बोलते केले.

"क्विन, आपण कार्यशाळेबाबतच्या योजना आखून जे काही करणार आहोत, ते मला खरेच आवडले आहे. पण मी आतापर्यंत केलेल्या गोष्टींपेक्षा हे खूप वेगळे आहे. जर लोक यात सहभागी झाले नाही किंवा त्यांनी या गोष्टींचा स्वीकार केला नाही तर?" काळजीयुक्त स्वरात ॲलेक्सने विचारले.

"अरे, सॅली म्हणाल्याप्रमाणे कंपनीतले लोक यासाठी आसुसले आहेत. तरीपण तू स्वत: कंपनीतल्या कर्मचाऱ्यांकडे जा आणि त्यांना पाठिंबा देण्याचे आवाहन कर."

"पाठिंब्यासाठी आवाहन?"

"होय, अर्थात! आणि माझी अपेक्षा आहे की, ते तुला नक्की पाठिंबा देतील."

त्या रात्री ॲलेक्स तळमजल्यावरच्या आपल्या खोलीत संगणकावरील संख्या, आलेखाचे आकडे उगाच इकडून तिकडे फिरवत बसला होता. तो विचारांत इतका गुंगून गेला होता की, त्याला रॅशेल आपल्या खोलीत आल्याचे दिसलेही नाही किंवा तिचा आवाजही ऐकू आला नाही. रॅशेलने स्वत:च बोलायला सुरुवात करत म्हटले, "ओह डॅड, तुम्ही माझ्या जेवणाच्या डब्यासोबत ती चिठ्ठी ठेवल्याबद्दल थँक्यू! मॉम पण तस्सेच करायची..." मग ती पुढे येत म्हणाली, "त्या चिठ्ठीमुळे मी आश्चर्यचकित झाले. मी आपल्या कुटुंबाबद्दल खूप विचार करते आहे आणि आपली गाडी रुळावर आणण्याचे प्रयत्न करते आहे."

तिला मायेने कवटाळण्यासाठी आपले हात पसरत ॲलेक्स म्हणाला, "थँक्स रॅशेल! आपण दोघे थोडा वेळ एकत्र बसूया आणि दोघांनाही आवडेल अशी एखादी गोष्ट करूया."

"खरे तर मी पण तसाच विचार करत होते डॅड," रॅशेलने म्हटले. मग ॲलेक्सच्या चामडी खुर्चीवर धपकन बसत तिने म्हटले, "मॉमने मला स्वयंपाक शिकवायला सुरुवात केली होती... पण नंतर ती आजारी झाली. त्यानंतर आपले दिवस पूर्वीसारखे कधीच राहिले नाहीत."

"तुझी आई बऱ्यापैकी स्वयंपाक करायची!" असे म्हणत ॲलेक्स एकदम गप्प बसला. स्वयंपाकघरात वावर असणाऱ्या आपल्या पत्नीच्या आठवणी त्याच्या मनात जागृत झाल्या.

"मला माहिती आहे ते. पण डॅडी, तुमच्या हाताला मात्र मॉमच्या हाताची चव नाही हं..." ॲलेक्सकडे बघत मिश्किलपणे हसत तिने म्हटले. "मला अजूनही स्वयंपाक शिकायला आवडेल आणि मग तुम्ही माझी मदत घेऊ शकाल... नेहमी आजीलाच स्वयंपाक करावा लागतो आणि म्हणून आपण काही पदार्थ बनवायला

शिकलो की, तिला मदत होईल. आपण एकत्रच शिकूया. चालेल ना?''

हेच जर पूर्वीचा ॲलेक्स असता, तर त्याने काहीतरी बहाणा करून स्वयंपाक शिकणे टाळले असते; पण नव्या, बदललेल्या ॲलेक्सने म्हटले, ''आपण कशी सुरुवात करूया, रॅशेल?''

''डॅड, कामासाठी तुम्ही जसे प्लॅनिंग करता तसे 'प्लॅन' करू या ना! त्यासाठी तुमचा तो टिचकी मारून वापरायचा फ्लिपचार्ट घेऊ या,'' असे म्हणत रॅशेलने भिंतीवरील ॲलेक्सच्या फ्लिपचार्टकडे बोट दाखवले आणि ''मी त्यासाठी जरुरी गोष्टी लिहिण्याची सुरुवात करते,'' असे म्हणत तिने आपल्या नीट अक्षरात त्या दोघांसाठी स्वयंपाक शिकण्याची योजना शब्दबद्ध केली आणि त्यात लिहिले –

- 'जेवणासाठी चविष्ट वाटतील असे पदार्थ निवडा.
- ते कसे बनवायचे याची कृती इंटरनेटवर पाहा.
- आपल्याला प्रशिक्षण देण्यासाठी आजीला विनंती करा.
- लागणारे जिन्नस सहकारी बाजारातून खरेदी करा.
- दर शनिवारी रात्री मेजवानीचा बेत आखा.

दुसरा दिवस ॲलेक्सला फार हळू उजाडल्यासारखा वाटला. तो, त्याची आई व रॅशेल लवकर उठून घाईघाईने खरेदीसाठी बाहेर पडले होते. ॲनी – त्याची आई – गाडी चालवत होती. आपल्या नवीन कुबड्यांच्या साहाय्याने चालताना ॲलेक्सला आपला तोल गेल्यासारखे वाटत होते आणि आपल्या मुलीबरोबर किराणा सामान विकत घेण्याच्या कल्पनेने तो गांगरून गेला होता.

रॅशेलने त्याच्या चेहऱ्यावरचे भाव निरखत म्हटले, ''डोंट वरी, डॅड! सगळं काही ठीक होईल. नुसता किराणा विकत घ्यायला तर जायचं आहे, इतरांचे वडीलसुद्धा अशी कामे करतात...''

सहकारी बाजारात शिरल्यावर रॅशेल पुढे झाली. सामानासाठी असलेल्या ट्रॉलींच्या ओळीतून एक ट्रॉली बाजूला घेत तिने ॲलेक्सला विचारले, ''डॅड, तुमच्याकडे सामानाची यादी आहे ना?''

''हो, ही बघ,'' असे म्हणत ॲलेक्सने एका बाजूच्या कुबडीवर आपला भार टाकला व दुसऱ्या हाताने चुरगाळलेली यादी रॅशेलकडे दिली.

वडील आणि मुलीच्या स्वभाव व्यक्तिमत्त्वातला फरक स्पष्टपणे दिसून येत

होता, कारण ॲलेक्सला प्रत्येक गोष्टीची खरेदी यादीप्रमाणेच करायची होती. मात्र रॅशेलला काही नवीन प्रयोग करून पाहावेसे वाटत होते. ती तिच्या आईसारखी होती. त्या क्षणी तिला सुचले की, मूळ यादीतील सामग्रीपेक्षा समोर दिसणारी इतर काही सामग्री वापरून पदार्थ केले, तर ते किती मस्त होतील! मग तिने शेल्फमध्ये समोर दिसणाऱ्या काही मसाल्यांची निवड केली, ज्यांची नावे ॲलेक्सला कधी माहितीही नव्हती किंवा त्याने ते पाहिलेही नव्हते. असे असले तरी ते दोघेही हसत-खेळत खरेदी करत होते.

बिल द्यायच्या वेळी रॅशेलने सहजच कॅशिअर मुलीला आपण आणि आपले वडील एकत्रपणे स्वयंपाक कसे शिकणार आहोत ते सांगितले.

"वा... कित्ती छान! मी पण माझ्या वडिलांबरोबर असे करू शकले तर..." तिने म्हटले.

"का नाही?" रॅशेलने तिला प्रोत्साहित करत म्हटले. "जर आम्ही करू शकतो..." असे म्हणत तिने ॲलेक्सकडे पाहून डोळे मिचकावले आणि म्हणाली, "तर तूसुद्धा तसे करू शकशील. अगदी नक्की!"

सहकारी बाजारातून बाहेर पडताना एक गबाळा अन् केस अस्ताव्यस्तपणे पसरलेला माणूस समोर आला व म्हणाला, "मला खूप भूक लागली आहे. पण माझ्याजवळ पैसे नाहीत, मला थोडे सुटे पैसे देता का?" ॲलेक्सने टाळाटाळ केली व रॅशेलला जरा बाजूला ओढून तो कडेच्या रस्त्यावर खाली बघत पुढे जाऊ लागला. पण रॅशेलने मदतीचा हात पुढे केला. त्या माणसाच्या नजरेला नजर देत तिने म्हटले, "हॅलो, माझे नाव रॅशेल... तुम्हाला खूप भूक लागली आहे का? तुमचे नाव काय?"

"माझे नाव?... माझे नाव आहे जॉन... जॉन जे. विल्यम्स," त्या माणसाने चाचरत म्हटले.

"तुम्हाला भेटून खूप आनंद झाला. हे आहेत माझे वडील, ॲलेक्स!"

मग ॲलेक्सकडे पाहत तिने म्हटले, "डॅड आपण मि. विल्यम्सना शनिवारच्या आपल्या मेजवानीसाठी आमंत्रण देऊया का?"

ॲलेक्स पाहतच राहिला. रॅशेलचे बोलणे ऐकून त्याची पाचावर धारण बसली. "ठीक... मला वाटतं..." असे काहीतरी अर्धवट बोलत त्याने रॅशेलकडे पाहिले. रॅशेलच्या बोलण्याने त्याला धक्का बसल्याचे त्याच्या नजरेत स्पष्ट दिसत होते. पण तरीही रॅशेलने आपले बोलणे थांबवले नाही.

तिने पुन्हा म्हटले, "तुम्ही नक्की याल ना? आमचे घर ६९५५, थॉमसपासून केवळ दोन इमारतींच्या अंतरावर आहे," असे म्हणत तिने आपल्या घराच्या दिशेने बोट दाखवले. "या हं नक्की! आणि आम्ही दर शनिवारी मेजवानीचा बेत करणार

आहोत. तेव्हा तुम्हाला जेव्हा-जेव्हा शक्य असेल तेव्हा जरूर या... आम्ही नव्याने स्वयंपाक शिकत आहोत, त्यामुळे आम्ही साधारण पाच वाजता स्वयंपाकाला सुरुवात करू आणि तुम्हाला लवकर जेवायला हवे असल्यास आठ वाजायच्या आधी पोहोचा.''

'''ठीक आहे. तुमचे आभार कसे मानावेत हेच कळत नाही!'' जॉनने म्हटले.

तो निघून गेल्यामुळे ॲलेक्सला खूप आनंद झाला. त्याने म्हटले, ''रॅश, अशा अनोळखी लोकांना घरी बोलवत जाऊ नकोस... ते किती धोकादायक आहे!''

''हे घर माझेसुद्धा आहे ना डॅड? शिवाय डॅडी, तो किती भुकेलेला आणि दुःखी दिसत होता. आम्हाला शाळेत शिकवतात की, गरिबांना आणि आपल्या आजूबाजूला असलेल्या गरजू लोकांना मदत कशी करायची ते. म्हणून मी त्याला घरी बोलावले. आणि डॅड, तेव्हा तुम्हीपण त्याच्यावर लक्ष ठेवायला घरी असाल ना!''

''तुझे मन खरोखरच मोठे आहे रॅशेल... पण तू अशा लोकांशी जरा सांभाळून वागावे असे मला वाटते.''

मात्र एकीकडे ॲलेक्सला आपल्या मुलीचा अभिमान वाटत होता. रॅशेल विल्यम्सशी बोलताना ॲलेक्सने ज्या नजरेने रॅशेलकडे पाहिले होते, त्यावरून त्याला खातरी होती की, जॉन जे. विल्यम्स त्याला कधीही परत भेटायला येणार नाही.

# कंपनीत दाखल व्हा आणि सत्कार्यात सामील व्हा!

तो सोमवार होता. सकाळची प्रसन्न वेळ! ईस्ट लिबर्टी भागात, कार्यशाळेसाठी भाड्याने घेतलेल्या एका गोदामात, क्विन अॅलेक्स आणि वरिष्ठ टीम कार्यशाळेसाठी येणाऱ्या पाहुण्यांच्या स्वागताची तयारी करण्यात गुंतले होते. बेकले कंपनीतली व्यवस्थापकीय मंडळी आणि इतर महत्त्वाच्या भागधारक मंडळींसह दोनशेहून अधिक मंडळी तरी उपस्थित राहणार होती.

पाहुणे यायला सुरुवात झाली. आलेल्या पाहुण्यांना चहा, कॉफी, फळांचा ज्यूस, डोनट्स आणि ताजी कापलेली फळे इ. देऊन त्यांचा पाहुणचार करण्यात आला. जमलेल्या मंडळींना, आपापल्या खाद्यपदार्थांसह गोदामातल्या प्रेक्षागृहासारख्या विभागाकडे नेण्यात आले. तिथे खंडीभर मायक्रोफोन्स व खुर्च्या गोलाकारपणे मांडल्या होत्या. गोदामाच्या दुसऱ्या बाजूला क्विन व त्याच्या मदतनिसांनी मिळून पांढऱ्या रंगाचे फिरते पडदे, लॅपटॉप्स, प्रोजेक्टर्स, संगणकाचा बिनतारी की-बोर्ड, फिरत्या खुर्च्या व टेबले इ.चे मोठे जंजाळ निर्माण केले होते. मोठ्या आवाजातल्या द्रुतगतीच्या संगीतामुळे वातावरणांत जोश निर्माण झाला होता. बेकले मेडिकलच्या भूतकाळातील यशोगाथांचे चित्रण करणाऱ्या प्रतिमांचे चलचित्र भिंतीवर झळकत होते.

सर्वजण स्थानापन्न झाल्यावर अॅलेक्स आपल्या व्हीलचेअरवरून उठला आणि त्याने बेकले मेडिकलचेच उत्पादन असलेल्या, वजनाला अत्यंत हलक्या, नव्याकोऱ्या अॅल्युमिनियमच्या कुबड्यांचा आधार घेतला. त्याच्या बाजूलाच क्विन बसला होता. त्याच्या हातात चहाचा भला मोठा कप होता अन् त्यातील टी-बॅगचे लेबल कपाच्या बाजूने लटकत होते. पुढच्या रांगेत केविन जॉर्डन बसला होता. मल्टिमीडियावर नियंत्रण ठेवण्यासाठी त्याच्या हातात आयपॉड होता. प्रेक्षकांमध्ये सर्वदूर बसलेल्या वरिष्ठ टीमने अॅलेक्सकडे पाहून स्मितहास्य केले; तरीपण आपण स्वत:ला खाईत

तर ढकललं नाही ना, या विचारांनी त्यांच्या मनात खोल कुठेतरी चिंतेचे सावट निर्माण झाले होते. आपल्या हृदयाचे ठोके वेगाने पडत आहेत हे ॲलेक्सलाही जाणवले. त्याने एक दीर्घ श्वास घेतला आणि बोलायला सुरुवात केली.

"इथे आल्यामुळे मला चांगले वाटते आहे. खरंतर मी कुठेही असलो, तरी मला चांगले वाटते..." त्याचे भाषण ऐकायला आतुर झालेल्या प्रेक्षकांमध्ये हास्याची एक लहर उमटली. "माझ्या अपघाताचे दोन परिणाम झाले... एक म्हणजे एक गोष्ट कायमची थांबली आणि दुसरी म्हणजे एक गोष्ट नव्याने सुरू झाली..." ॲलेक्स बोलत होता तेव्हा क्विन प्रेक्षकांकडे पाहत होता. प्रत्येकाचे डोळे कुबड्यांच्या आधाराने उभा राहून बोलत असलेल्या ॲलेक्सवर खिळले होते.

आपला निळ्या रंगाच्या प्लास्टरमध्ये असलेला हात हळूच वर नेत ॲलेक्स म्हणाला, "मी जेव्हा हॉस्पिटलमध्ये शुद्धीवर आलो, तेव्हा मला आजूबाजूला सर्वत्र बेकले मेडिकलची उत्पादने दिसली... त्यातील काही माझ्या अंगावरही होती. आपण खरोखरच चांगल्या गोष्टींची उत्पादने करतो याची मला तेव्हा जाणीव झाली." हे ऐकून प्रेक्षकांच्या चेहऱ्यावर स्मित झळकले आणि त्यांनी टाळ्या वाजवल्या. बेकलेचा मुख्य कार्यकारी अधिकारी – सीईओ डॅन मायर्सही त्यात सहभागी होता.

"...आपण चांगले आहोत आणि आपण चांगल्या गोष्टींची उत्पादने करतो," ॲलेक्सने भाषणाची गाडी पुढे नेत म्हटले. "खरे तर आपण लोकांचे आरोग्य व जीवन पुनर्स्थापित करण्यास मदत करतो." या वाक्यावर प्रेक्षकांनी पुन्हा जोरांत टाळ्यांचा कडकडाट केला.

"मला असे विश्वसनीयरीत्या वाटते की, आपण सर्वजण लोकांची काळजी घेणारे आहोत, सेवादाते आणि रक्षणकर्ते आहोत..." त्याने असे म्हणताच भिंतींवर दहा फूट मोठ्या अक्षरांत 'सेवादाते' हा शब्द झळकला. ते पाहून, "ओहो, वा!" प्रेक्षकांतील एक उंच व जाडा माणूस जोराने माइक न वापरताच उद्‌गारला. मग सर्व जण त्याला सामील झाले आणि एक प्रचंड मोठा टाळ्यांचा कडकडाट झाला. ॲलेक्स खुशीने हसला आणि त्याने आपल्या माइकमधून काहीतरी म्हटले, पण ते कुणालाच ऐकू गेले नाही.

प्रेक्षक शांत झाल्यावर ॲलेक्सने पुन्हा म्हटले, "आपण सर्व जण सेवादाते आहोत. 'आपल्या जागतिक दर्जाच्या उत्पादनांतून व सेवांतून लोकांची काळजी घेणारे सेवादाते' हा आपल्या असाधारण ध्येयाचाच एक भाग आहे, असे मी सुचवतो.

"तुमच्यापैकी बऱ्याच जणांना माझा मित्र क्विन मॅक्डोगल माहीत असेल. तो इथे आज उपस्थित आहे आणि आपल्याला 'असाधारण ध्येया'बाबतच्या प्रक्रियेची ओळख करून देणार आहे... जिच्या मदतीने आपण आज एकत्रपणे आपले

असाधारण ध्येय नक्की करणार आहोत,'' असे म्हणत त्याने क्विनकडे पाहिले. क्विनने त्याला संमती देण्यासाठी मान हलवली. ॲलेक्स पुन्हा आपल्या व्हीलचेअरवर जाऊन बसला.

क्विन पुढे आला आणि त्याने ॲलेक्स आणि सर्वांना धन्यवाद देत म्हटले, ''माझ्यासारख्या बाहेरच्या माणसाला इथे निमंत्रित केल्याबद्दल तुमचे आभार! बेकले मेडिकलच्या विशेष महत्त्वाच्या ध्येयांद्वारे, तुमची स्वत:ला, ग्राहकांना आणि अर्थात जगालाही सर्वोत्तमरीत्या जे काही देण्याची इच्छा आहे, याचे चित्रण झाले असले पाहिजे. तुमची मूल्ये आणि तुमचे मूल्य याचे ते दर्शक असावे. त्याचप्रमाणे हे ध्येय असे असावे की, कंपनीतली प्रत्येक व्यक्ती आणि टीम हे ध्येय पूर्ण करण्याच्या उद्देशासाठी आपली सर्वोत्कृष्ट कामगिरी दाखवेल.''

तो पुढे म्हणाला, ''एखादे ध्येय महत्त्वाचे तेव्हाच ठरते, जेव्हा ते स्थायी असते व कुठल्यातरी महत्त्वाच्या आणि उदात्त हेतूसाठी निर्माण झालेले असते. त्याचा भव्यपणा तेव्हाच दिसून येतो, जेव्हा त्या ध्येयाच्या पूर्तीसाठी सर्वजण हातमिळवणी करून एकत्रपणे काम करतात.''

क्विनने आपले दोन्ही हात पसरत म्हटले, ''हे ध्येय असाधारण ठरते ते आणखी एका गोष्टीमुळे – ती म्हणजे, जेव्हा प्रत्येक जण आपापल्या कामगिरीद्वारे आपला मोठेपणा सिद्ध करतो आणि अधिकाधिक उत्कृष्ट सेवा द्यायचा निश्चय करतो. तुमच्या कंपनीचे असाधारण ध्येय ध्रुव ताऱ्यासारखे अढळ असले पाहिजे, ज्याचा उपयोग तुम्ही कंपनीच्या चांगल्या व वाईट दोन्ही काळांमध्ये दिशादर्शक म्हणून करू शकाल.'' एवढे बोलून क्विनने आपले भाषण संपवले व तो म्हणाला, ''आता आजच्या सभेची विषयसूची सांगण्यासाठी मी केविन जॉर्डन यांना विनंती करतो.''

केविन व्यासपीठाकडे येत असताना संगीत सुरू झाले व केविन खेळत असलेल्या फुटबॉलसंबंधीची क्षणचित्रे दाखवण्यात आली. शेवटच्या दृश्यात केविनने वेडीवाकडी उडी मारून, रक्षक गटाच्या तावडीतून फुटबॉल आपल्याकडे कसा आणला हे दाखवले होते. त्या वेळचा त्याने मारलेला तो फटका खूपच लोकप्रिय झाला होता. शहरवासीयांना फुटबॉलचे अतोनात वेड असल्याने प्रेक्षकांनी ते दृश्य पाहून जोरजोरात ओरडून आनंद व्यक्त केला. केविनने सर्वांना शांत बसायला सांगितले व त्याने स्लाइडद्वारे सादरीकरण सुरू केले आणि बोलायला सुरुवात केली.

''ही आहे एक खेळ खेळण्याची योजना – आज आपण आपल्या कंपनीचे असाधारण ध्येय विचारांत घेणार आहोत. या ध्येयामुळे आपण आपल्या सेवांची व उत्पादनांची गरज सर्वांत जास्त कुठे असणार आहे, कुठल्या कामांत आपण

जागतिक दर्जाची कामगिरी दाखवू शकतो आणि आपले व्यावसायिक मूल्य अधिकाधिक वाढण्यासाठी आपण कोणते व्यवसाय करू शकतो, याबद्दल आपल्याला आपल्या विचारशक्तीला ताण द्यावा लागेल. कदाचित यामुळे आपल्या कृतियोजनांबाबत व इतर उत्पादनांच्या तुलनेत असलेल्या आपल्या स्थानाबाबत फेरविचार करण्याची कल्पना जोर धरेल.

"त्यानंतरची पायरी म्हणजे आपण सामाईक ध्येयांची निर्मिती करू आणि आपले सर्व विभाग व टीम्स सर्व जण त्या सामाईक उद्देशासाठी कसे जोडले जातील हे पाहू. येणाऱ्या आठवड्यांत तुम्ही व तुमची टीम मिळून अशा काही महत्त्वाच्या घडामोडी किंवा बदल करण्यात पुढाकार घ्याल, ज्यायोगे तुम्हाला असाधारण ध्येय साध्य करता येईल. पण हे ध्येय वैयक्तिकसुद्धा आहे."

मग केविन व्यासपीठावर आला आणि म्हणाला, "क्विनने म्हटल्यानुसार या कार्यात सामील होणे म्हणजे, ज्याची पूर्तता आपल्या सगळ्यांना मिळूनच करता येईल, अशा गोष्टींची सुरुवात करण्यासाठी तयार होणे." मग केविनने रिमोट कंट्रोलने क्लिक करून एक स्लाइड दाखवायला सुरुवात केली. त्यावर लिहिले होते : 'पृथ्वीवरील सर्वांत ताकदवान असलेल्या बलांपैकी एक बल म्हणजे अशी संस्था, जिथे एखादे असाधारण ध्येय साध्य करण्यासाठी सहभागी झालेल्या व्यक्ती-व्यक्तींमध्ये व संघा-संघांमध्ये एकीकरण झालेले असते.'

**असाधारण ध्येयासाठी वचनबद्ध व्हा**

**सामाईक ध्येयांची निर्मिती करा**

ॲलेक्स धडपडत उभा राहिला. प्रेक्षकांकडे पाहत, भावनांनी ओथंबून जाऊन त्याने स्लाइडवरच्या मेमरीतले शब्द वाचले, "हे तुम्हा सर्वांसाठीचे निमंत्रण आहे. जनहितार्थासाठी असलेल्या ध्येयाला तुम्ही सर्वांनी पाठिंबा द्यावा म्हणून हे तुम्हा सर्वांसाठीचे निमंत्रण आहे. आपण एकत्र आलो, तर जगातले एक अत्यंत शक्तिशाली बल तयार होईल. ज्यामुळे एखादे चांगले काम चांगल्या रीतीने करता येईल. यात

सहभागी व्हायचे की नाही हे तुम्हालाच ठरवायचे आहे.''

कुणीतरी शिट्टी मारली आणि पुन्हा एकदा सभेत आनंदाच्या आरोळ्या सुरू झाल्या.

मग ॲलेक्सने म्हटले, ''मी आता बेकलेचे काम अत्यंत चतुराईने करणाऱ्या काही पुरवठादारांचे खास स्वागत करतो.'' टाळ्यांचा कडकडाट चालूच होता. ''कदाचित तुम्ही पाहिले असेल की, आम्ही रुग्णांचे, डॉक्टरांचे आणि आमची उत्पादने वापरणाऱ्या इतर व्यक्तींचे उल्लेखनीय फोटो लावलेले आहेत. जगभरांतून आम्हाला धन्यवाद देणारी पत्रे आलेलीही तुम्ही पाहिली असतील. बेकलेच्या उत्पादनांमुळे निर्माण होणाऱ्या या आनंददायी क्षणांच्या स्मृतिचित्रांची मजा घ्या.''

तितक्यात केविन मध्येच बोलत म्हणाला, ''प्रत्येक फोटो हे अधिकृत आणि कायद्याच्या नियमानुसार तयार केलेले आहेत बरं का! आणि तसे करताना एचआयपीएएच्या खासगीपणाचे कुठलेही उल्लंघन झालेले नाही.'' हे ऐकून कायदा क्षेत्रातील मंडळींनी उगाचच उसासे सोडले आणि इतरांनी मात्र मंद स्मित केले.

ॲलेक्स आपल्या भाषणाची गाडी पुढे नेत म्हणाला, ''बेकलेच्या विशेष महत्त्वाच्या ध्येयाबद्दल सर्व प्रकारची चर्चा करण्यासाठी आपण या चार भिंतीखाली जमणार आहोत. ध्येयपूर्तीची प्रक्रिया सोपी व्हावी यासाठी आम्ही ज्या लोकांची मदत घेणार आहोत, ते आमचे साहाय्यक थोड्या कालावधीतच तुमच्या प्रतिक्रिया किंवा अभिप्राय गोळा करण्यासाठी तुमच्याकडे येतील आणि त्यांच्याकडून मिळालेल्या माहितीचा उपयोग आम्ही असाधारण ध्येय विधानाचा मसुदा बदलण्यासाठी करू. म्हणजेच त्याला वैयक्तिकरीत्या व सामूहिकरीत्या दुजोरा मिळेल.''

मग पुन्हा क्विन पुढे आला आणि बोलू लागला, ''उद्याची कामगिरी म्हणजे कृतियोजना आखून त्या विकसित करणे, महत्त्वाचे बदल घडवून आणण्यासाठी पुढाकार घेणे व असाधारण ध्येय संपादित करण्यासाठी सामाईक ध्येयांची निर्मिती करणे. मघाशी ॲलेक्सने म्हटल्याप्रमाणे ध्येयपूर्तीची कामगिरी सोपी व्हावी म्हणून आम्हाला मदत करणारे लोक तुम्हालाही या कामात मार्गदर्शन करतील. तुम्हाला थोडा अवधी दिला जाईल आणि तुमच्यापैकी प्रत्येकाला तुमचे स्वतःचे उदात्त ध्येय काय आहे, याबाबतचे विधान लिहावे लागेल. तुमच्यापैकी प्रत्येकाने, कंपनीला आपले असाधारण ध्येय साध्य करता यावे यासाठी वैयक्तिकरीत्या त्याला काय करावेसे वाटते, याबाबतचे विधान लिहिणे अत्यंत जरुरीचे आहे.''

जमलेला जनसमुदाय एकमेकांकडे पाहून आनंदाने हसतो आहे, हे ॲलेक्सच्या नजरेत भरले.

क्विनचे बोलणे सुरू असतानाच बेकलेच्या टीममधले काही सदस्य प्रेक्षागृहातील आसनांच्या ओळींबाहेर येऊन रांगेत उभे राहिले. त्यांच्या हातात कागदाचे गठ्ठे होते.

क्विन पुढे म्हणाला, "या पत्रकांची तुम्ही वाटच पाहत होता ना? या पत्रकांवर तुम्ही आम्हाला आमच्या कृतियोजना आणि सामाईक ध्येय आखण्यासाठी जी माहिती दिली होती तिचा उल्लेख आहे. यांत तुम्हाला ग्राहकांच्या गरजा, आमची उत्पादने वापरताना त्यांना आलेले अनुभव आणि आशा-आकांक्षा इत्यादींबद्दल भाष्य केलेले दिसेल आणि तुमच्या टेबलांवर तुम्हाला काही तक्ते दिसतील, ज्यात आम्हाला दिसणारे तुलनात्मक फायदे कोणते व आपल्याला उपलब्ध होणाऱ्या संधी कुठे आहेत, हेही दाखवले आहे. ही सर्व माहिती तुमच्याकडूनच आम्हाला मिळाली आहे. इतर जणांचे विचार काय आहेत हे जाणून घ्या. त्यांना प्रश्न विचारा आणि स्पष्ट माहिती घ्या. या सर्वांचा उपयोग आपण आपल्या कामात करणार आहोत."

फुटबॉलचा खेळ हाडांमासात भिनलेल्या केविनने म्हटले, "आता खेळाची वेळ झाली आहे. तुम्ही कोणत्या चर्चागटात आहात हे पाहण्यासाठी आपापल्या वह्या तपासा."

त्यानंतरचा उरलेला दिवस सुटीप्रमाणेच होता, पण त्यात बरीच कामगिरी पार पडली. गट उभारले गेले, त्यांनी कामे केली. काही गट मोडले गेले व नव्याने उभे केले गेले व मग त्यांनी कामे केली. त्यांच्यामध्ये चर्चा रंगल्या, वादविवाद झाले, विचारविनिमय झाला आणि मतभेदही झाले. पण हळूहळू नूर पालटू लागला आणि लोकांचे एकमत होऊन विशेष महत्त्वाच्या ध्येयासाठी हातमिळवणी होऊ लागली. नवीन ध्येयाची उभारणी 'लोकांचे आरोग्य सुधारण्यासाठी क्रियाशील होणे' या संकल्पनेवर मुख्यत्वे आधारित होती. यासाठी कंपनीला नवीन प्रकारच्या उत्पादनांसोबत नवीन प्रकारचे व्यवसाय सुरू करावे लागणार होते. जसे की, घरच्या घरी आरोग्याची काळजी घेता यावी यासाठीची उत्पादने, लोकांच्या आरोग्यावर नजर ठेवणे व रोगप्रतिबंधक उपाययोजना करणे इत्यादी.

अ‍ॅलेक्स, केविन व क्विन हे इकडेतिकडे फिरून सगळ्यांचे बोलणे ऐकत होते, त्यांना नेतृत्व करत होते व हातमिळवणी करण्यासाठी प्रोत्साहन देत होते. आश्चर्य म्हणजे त्या एका दिवसात शेकडो लोकांनी एकत्र येऊन हातमिळवणी केली व अ‍ॅलेक्स आणि डॅनसह सर्वांनी असाधारण ध्येयासाठी आपण कसे वचनबद्ध राहणार आहोत, ते लिहिले.

दिवसाच्या शेवटी बेकले मेडिकलसाठी तयार झालेल्या असाधारण ध्येयातून त्याच्या मूळ मसुद्याचे स्वरूप व्यक्त होत होते. पण आता ते सर्वांचे असाधारण ध्येय होते. तो मसुदा वाचून, प्रत्येक व्यक्तीला त्यातून काय अभिप्रेत होत आहे हे कळण्यासाठी प्रत्येकाला त्याचे स्वरूप शब्द, चित्रांतून व्यक्त करायला सांगितले होते. शेवटी सर्वांच्या कल्पना एकत्र करून एक सामूहिकपणे तयार झालेले रूपांतरण पडद्यावर दाखवण्यात आले. ते असे होते :

*आम्ही लोकांच्या आरोग्याची काळजी घेणारे व*
*जगातील लोकांचे आरोग्य सुधारणारे सेवादाते आहोत.*
*आम्ही आमच्या नावीन्यपूर्ण उत्पादनांद्वारे व सेवांद्वारे*
*लोकांची काळजी घेतो*
*व जगातील लोकांचे आरोग्य सुधारतो.*
*आम्ही सेवादाते आहोत.*
*ही आमची कंपनी आहे*
*आणि आम्ही याच सत्कृत्यासाठी काम करतो.*

आता हे असाधारण ध्येय एकट्याचे नव्हे, तर प्रत्येकाचेच झाले होते.

त्या रात्री जेव्हा ॲलेक्स घरी आला तेव्हा रॅशेल घरासमोरील पोर्चमधल्या झोपाळ्यावर त्याची वाट बघत बसली होती. तो आल्यावर ती झोपाळ्यावर बाजूला सरकली आणि तिने हाताने खूण करत म्हटले, "ये डॅड, बस!"

अंगणात उडणाऱ्या काजव्यांकडे पाहत काही वेळ ते दोघे निशब्दपणे झोका घेत बसले. रॅशेल काहीतरी बोलेल याची ॲलेक्स वाटच पाहत होता.

"डॅड, सांग ना, तू आज दिवसभर काय-काय केलंस ते! आजच्या दिवसात तुला आवडेल अशी एखादी गोष्ट घडली का?"

"सांगतो बेटा," असे म्हणतं ॲलेक्स तिच्या जवळ सरकला आणि म्हणाला, "मी ज्या-ज्या लोकांबरोबर काम करतो, ते सर्व लोक मला खरोखरच आवडतात आणि आज आम्हाला आमच्या भविष्याबाबतच्या योजना करण्याची संधी मिळाली... उद्या आम्ही कुठल्यातरी 'चांगल्या व भव्य गोष्टी' करण्याबाबतच्या योजना आखणार आहोत." ॲलेक्स बोलायचे थांबला.

रॅशेल त्याच्याकडे पाहत म्हणाली, "मला हे खूप आवडलं. उद्या तू घरी येशील तेव्हा मला अजून काही सांग. मी इथेच असेन."

# सामाईक नेतृत्व

आता पुढे काय होणार? याची उत्सुकता असल्याने दुसऱ्या दिवशी उत्साहपूर्ण आणि कुतूहलाच्या वातावरणांत कार्यशाळा सुरू झाली. नाश्त्याच्या वेळी लोकांच्या घोळक्यांमध्ये आवेशपूर्ण चर्चा रंगल्या होत्या. ॲलेक्स आपल्या कुबड्यांच्या साहाय्याने त्या गर्दीत वावरत होता आणि लोकांचे संभाषण ऐकत होता. लोकांचा उत्साह आणि आनंद त्याला जाणवला होता आणि आज तो त्यांची सहमती घेणार होता. लोकांचा हा सर्व उत्साह काम करण्यासाठी आहे, हे जाणवल्याने त्याला बरे वाटले.

सीईओ म्हणजे मुख्य कार्यकारी अधिकारी डॅन मायर्सने पुढे येऊन माइक घेतला व संभाषणाला सुरुवात केली. "आज आपण आपल्या कंपनीसाठी सामाईक ध्येये निश्चित करणार आहोत. याचा अर्थ, आपण सर्व जण कंपनीचे नेतृत्व वाटून घेणार आहोत. माझ्याबद्दल बोलायचे झाले, तर मी म्हणेन की, पहिल्यांदाच अशा प्रकारची संधी माझ्या वाटेला आली आहे. मला माहीत आहे की, आपण ही कामगिरी कशी पार पाडणार आहोत व आपल्याला खरोखर काय बदल घडवता येतील याबाबत तुमचे मन कुठेतरी थोडे साशंक आहे. पण मला वैयक्तिकरीत्या विश्वास आहे की, आपण एकत्रितपणे काम केल्यास आपला भविष्यकाळ उज्ज्वल असेल. आपण प्रत्येकाने जर आपापले काम उत्तमरीत्या केले, तर त्याचा फायदा आपल्या स्वत:ला, ग्राहकांना व जिथे-जिथे आपण पोहोचू त्या सर्वांनाच होईल. मी तुम्हाला तुमच्या मनातले सर्व किंतू किंवा निर्णयबुद्धी बाजूला सारून नि:शंक मनाने माझ्याबरोबर येण्याचे निमंत्रण देतो. तुमची ताकद असलेल्या जमेच्या बाजूंवर लक्ष केंद्रित करा, आमच्या संभाव्य नवीन संधी लक्षात घ्या आणि आपण एकत्रितपणे कसा फरक घडवून आणू शकतो याचा विचार करा." एवढे बोलून डॅनने केविनच्या हातात माइक दिला.

केविनने त्या दिवशीचे कार्यक्रम व कार्यप्रक्रिया काय असेल ते जाहिर केले. बेकलेच्या वरिष्ठ टीमने हे काम सुलभ रीतीने होण्यास मदत व्हावी म्हणून आधी ठरल्याप्रमाणे मदतनिसांची भूमिका घेतली. गोदामाच्या उघड्या भागांत कार्यशाळेतल्या

लोकांची लहान-लहान गटांत विभागणी करून त्यांच्या टीम्स बनवण्यात आल्या व मदतनीस त्या टीम्सना मार्गदर्शन करू लागले. प्रत्येक टीमसाठी गोलाकारात खुर्च्यांची मांडणी केली होती व एक मोठा पांढऱ्या रंगाचा हलता फळाही देण्यात आला होता. या फळ्याचा उपयोग लिहिण्यासाठी आणि दोन टीममधली भिंत म्हणून केला जाणार होता. आदल्या दिवशीच्या टीम वेगळ्या प्रकारच्या होत्या. ज्या लोकांना सहसा एकत्रपणे काम करायची संधी मिळत नाही अशा वेगवेगळ्या कार्यक्षेत्रांतील मंडळींना टीम म्हणून एकत्र आणले होते. दुसऱ्या दिवशी मात्र नेहमीच्या सदस्यांबरोबर आपापल्या कामांनुसार टीम बनवल्या होत्या. आदल्या दिवशी वेगळ्या लोकांबरोबर एकत्र येऊन काम केल्यामुळे लोकांना जरा बदल वाटला होता व त्या बदलामुळे ते ताजेतवाने झाले होते. नवीन संधी, नवीन उद्देश व नवीन दृष्टिकोन समोर आल्याने, नव्या उत्साहाने व ऊर्जेने भरून जाऊन ते त्यांच्या नेहमीच्या टीममध्ये सामील झाले होते.

परंतु असे करताना वेगवेगळ्या कार्यक्षेत्रांतल्या टीममधून एकमेकांना सहयोग मिळावा, यासाठी मुद्दाम या टीमची बसण्याची रचना वेगवेगळ्या ठिकाणी केली होती. संशोधन व विकास टीमच्या उजव्या बाजूला लागून मार्केटिंग म्हणजे विपणन विभागाची टीम बसल्याची खातरी ॲलेक्सने केली.

मार्केटिंग टीमच्या डोक्यावर चकचकीत दिवे दिमाखाने झगमगत होते. सुमारे डझनभर लोक काळ्या रंगाच्या फोल्डींग खुर्च्यांवर गोलाकार रीतीने बसले होते. असाधारण ध्येय विचारात घेऊन त्याला आधारभूत कृतियोजना निर्माण करणे व ते ध्येय साध्य करण्यासाठी, भागीदारीवर आधारित सामाईक ध्येयांची निर्मिती करणे हे काम या टीमला दिले होते.

हुल्लडबाजी करणाऱ्या या टीमला शांत राहण्याचा आदेश देत एंजेल केब्रेने शांत बोलायला सुरुवात केली. "आपण नक्कीच मार्केटिंगच्या स्वर्गात आहोत, असे मला वाटते आहे. कारण मार्केटिंग बाबतच्या असाधारण ध्येयपूर्तीवर लक्ष केंद्रित करण्यासाठी आपली पूर्ण कंपनी आपल्या कामात सहभागी होणार आहे." ती आपले हात गोलाकार फिरवून हातवारे करत आवेशयुक्त भाषण करत असताना तिचा हात तिच्या बाजूलाच बसलेल्या सदस्याला जोरात लागणार होता आणि ते पाहून सर्वांनाच हसू फुटले.

"...आपल्याला यशाने झळकण्याची एक संधी मिळाली आहे," असे ती पुढे बोलत असतानाच डोक्यावरच्या दिव्यांनी मध्येच उघडझाप केली. तेव्हा क्षणभर बोलायचे थांबून ती म्हणाली, "ॲलेक्सने आम्हाला आव्हान दिले आहे की, इतर विभागांबरोबर सहभागी होऊन तुम्ही तुमचे सामाईक ध्येय तयार करा. पण खरे म्हटले तर त्यांच्याबरोबर पूर्वी काम करत असताना आपण विक्रमी कामगिरी करू

शकलो नाही.'' एंजेलने पांढऱ्या फळ्याच्या पलीकडे बसलेल्या संशोधन व विकास टीमकडे बोट दाखवत म्हटले.

''पण तरीही अनेक प्रकारे आम्ही थोड्या-फार प्रमाणात त्यांच्याबरोबर जोडले गेलो आहोत, असे म्हणायला हरकत नाही... आम्ही दोघेही ग्राहकांच्या आवडीनिवडी लक्षात घेऊन मार्केटिंगच्या क्रियेत आवश्यक ते बदल करतो... अर्थात आमच्या विभागाने तर ते केलेच पाहिजे. उत्पादने बाजारपेठेपर्यंत पोहोचून त्यांची विक्री कशी झाली पाहिजे याबद्दल आम्ही इतरांचे आदेश ऐकतो आणि संशोधन व विकास विभाग त्यांनी कशाचा विकास करणे जरुरी आहे ते समजावून घेतो. आम्ही दोघांनी ते ऐकून मग एकत्रपणे काम करणे जरुरी आहे. म्हणून मग पहिल्यांदा आम्हाला आमचे ध्येय निश्चित करू द्या व मग आम्ही संशोधन व विकास विभागाबरोबरच्या सामाईक ध्येयांची रूपरेषा आखली तर चालेल का?''

सीन मेलोरीने मध्येच म्हटले, ''संशोधन व विकास विभागाबरोबर काम करताना आपण चांगल्या स्थानावर राहू की नाही, याबद्दल मी जरा साशंक आहे. या विभागातला एखादा कुणीतरी एक चांगली, मोठी कल्पना घेऊन पुढे येईल. मग त्यांच्याच विभागातली टीम त्या कल्पनेवर आधारित उत्पादन विकसित करतील आणि मग त्यासाठी त्यांना भरपूर मदत केली जाईल. खूप पाठिंबाही मिळेल... पण प्रश्न हा आहे की, कदाचित त्या उत्पादनाला खरी बाजारपेठ असूच शकणार नाही, कारण ते उत्पादन विकत घेण्यासाठी कोणी ग्राहक तयार होणार नाही, पण तरीही कंपनी त्याचे उत्पादन करत राहील आणि मग... परत ये रे माझ्या मागल्या... पुन्हा एका दुसऱ्या उत्पादनाची विक्री करण्याचे काम आमच्या गळ्यात येईल.''

''मग यात वेगळेपणा कसा आणता येईल, सीन?''

''आम्हाला खरोखरची भागीदारी हवी आहे... आणि त्यासाठी प्रयत्न करायची माझी इच्छा आहे,'' सीनने म्हटले.

मग त्यांनी खरोखरच तसे करायचा प्रयत्न केला.

दरम्यान, आपले ध्येय ठरवण्यासाठी संशोधन व विकास विभागांतही मार्केटिंग विभागाप्रमाणेच चर्चा सुरू होत्या. अधूनमधून ते मार्केटिंग विभागाकडे दृष्टिक्षेप टाकत होते.

सकाळच्या मध्यांतरापर्यंत दोन्ही टीमचे काम पूर्ण झाले होते. मध्यांतरानंतर दोन्ही टीमनी आपापल्या खुर्च्या जोडून एक मोठे वर्तुळ तयार केले. या दोन्ही टीमच्या एकत्रित सत्रासाठी क्विन हजर होता. मग क्विनने त्या सर्वांना बसायला सांगितले. ॲलेक्स त्यांच्या जवळच आपल्या व्हीलचेअरवर बसला.

प्रत्येक टीम आपल्या पॉवर पॉईंट सादरीकरणाच्या स्लाइडवर आपल्या ध्येययादींसह तयार होती. पहिल्यांदा संशोधन व विकास विभागाने सादरीकरणाला सुरुवात केली.

या विभागाचे प्रमुख नेते, डॉ. स्टॅन लस्टन यांनी प्रत्येक मुद्द्याचे मोठ्याने वाचन केले. एंजेलनेही तीच पद्धत वापरून मार्केटिंग विभागाची यादी वाचली. प्रत्येक मुद्दा जेव्हा स्क्रीनवर उमटत होता, तेव्हा वर्तुळात बसलेली मंडळी 'वा! छान!' किंवा 'झकास' असे पुटपुटत असल्याचे ॲलेक्सला ऐकू आले. दोन्ही टीमच्या यादीतील बऱ्याचशा गोष्टी सारख्याच होत्या आणि शब्दरचनेतही फारसा फरक नव्हता. लिहून दिलेली विधाने महत्त्वाची मार्गदर्शक तत्त्वे किंवा यशासाठीचे महत्त्वाचे घटक म्हणून मानण्यात आली होती. त्या प्रत्येक विधानाद्वारे, सामाईक सहमती जरुरी असणारे एक असाधारण ध्येय निर्देशित केले जात होते अन् ती ध्येये होती :

- नवीन उत्पादन तयार करण्याआधी ग्राहकांच्या खऱ्याखुऱ्या गरजा पडताळून पाहाव्यात.
- आपले ग्राहकसुद्धा काही नवीन चित्तवेधक तंत्रज्ञान उपायांच्या शोधांत असतात, जे अस्तित्वात असूनही त्यांना त्याबद्दल माहिती नसते. म्हणून आपणच पुढाकार घेतला पाहिजे.
- आम्हाला असे ग्राहक हवे आहेत, ज्यांची मते प्रातिनिधिक असतील आणि बाजारपेठ कुठे आहे यापेक्षा ती कुठे चालली आहे याचे ज्ञान त्यांना असेल.
- आपल्या महत्त्वाच्या क्षमतांच्या चौकटीबाहेर येऊन आपण आपल्या बरोबर काम करणारे साथीदार शोधणे अत्यंत जरुरी आहे.
- सद्यस्थितीत, आपण आपल्या परिचित उत्पादनक्रियेनुसार ग्राहकांना आवडत असणारी उत्पादने लक्षात घेऊन आपल्या उत्पादनांची उभारणी केली पाहिजे, पण त्याबरोबरच नावीन्यपूर्ण व नवीन तंत्रज्ञानही वापरायला सुरुवात केली पाहिजे.
- आपला ब्रॅन्ड सशक्त करणे जेवढे जरुरी आहे, तितकेच नवीन उत्पादने बाजारात आणणेही जरुरी आहे.
- बेकलेसारखे उत्पादन करणाऱ्या कंपन्यांशी आम्हाला अधिक चांगल्या रीतीने काम करायचे आहे.
- आपण आपल्या ग्राहकांचे ग्राहक असलेल्या व्यक्तींबाबतही विचार केला पाहिजे. म्हणजेच आपल्या सेवादात्या कुटुंबांची व त्यांच्या रुग्णांची देखभाल केली पाहिजे. त्यासाठी त्यांना आनंद देतील अशी उत्पादने व सेवांची निर्मिती केली पाहिजे.

एंजेलने दोन्ही विभागाची ध्येये एकत्र करून स्लाइडवर टाइप केली. तिने तयार

केलेली स्लाइड भिंतीवर प्रदर्शित करण्यात आली व दोन्ही विभागाच्या टीम्स ती स्लाइड पाहू लागले.

"तुम्ही काही निरीक्षण केले का?" क्विनने वर्तुळात बसलेल्या मंडळींकडे पाहत म्हटले, तेव्हा बऱ्याच मंडळींनी आश्चर्याने आ वासला आणि त्यांच्या भुवया उंचावल्या.

सीनने बोलायला सुरुवात केली... "असे वाटते की, यशाचे स्वरूप कसे असते याबद्दल आम्हा सर्वांचे एकमत होत आहे. पण ही यादी 'त्यांनी' तयार केली असावी यावर माझा विश्वास बसत नाही." त्याने टवाळीच्या सुरात म्हटले.

त्याला प्रत्युत्तर म्हणून संशोधन व विकास विभागातल्या एकाने आक्रमकपणे थट्टेचा सूर लावत म्हटले, "तुम्ही ती यादी तयार केली असावी, यावर माझाही विश्वास बसत नाही."

"तुम्ही आमच्यावर गुप्तहेराची नजर ठेवून होता का?" असे मार्केटिंग विभागातल्या एकाने विचारल्यावर मंडळींमध्ये हास्याची लहर उमटली.

मग एंजेलने समजावणीच्या सुरात म्हटले, "खरोखरच असे वाटते आहे की, प्रत्येक टीमने दुसऱ्याचे पाहून यादी बनवली आहे." तिने असे म्हटल्यावर दोन्ही टीम्स शांत झाल्या.

"आता आपण सामाईक ध्येयांची आखणी करूया." सर्वांना प्रोत्साहित करण्यासाठी क्विनने म्हटले. मग टीमसमोरच्या फळ्यावर चित्राकृतींचे रेखाटन करत क्विनने म्हटले, "हे आहे आपल्या ग्राहकांना एकत्रितपणे पाठिंबा देण्याचे चित्र."

***सामाईक ध्येये व***
***सामाईक नेतृत्व***

दोन्ही टीम्सनी मिळून ग्राहक कोणत्या गोष्टींना महत्त्व देतात व टीम्सना एकत्रितपणे काय कृती करता येईल, याचा अनेक बाजूंनी विचार केला. त्यांनी

सामाईक ध्येयांची एक यादी बनवली व त्या ध्येयपूर्तीसाठी जरुरी असलेले प्रस्ताव व त्यासंबंधीचे विनंती दर्शवणारे पत्रक बनवले. मग प्रत्येक टीम सदस्याने या सामाईक ध्येयांना पाठिंबा दर्शवण्यासाठी स्वत:ची लेखी सहमती दिली.

मग नेटच्या विनंतीनुसार ॲलेक्स वित्त विभागाच्या टीमकडे वळला. तो तिथे गेल्यावर नेटने म्हटले, ''आज सकाळच्या या सत्रात आपले अध्यक्ष आमचे नेतृत्व करतील.'' तो असे म्हणताच ॲलेक्सने त्याच्याकडे प्रश्नार्थक नजरेने पाहिले. वर्तुळाकार खुर्च्यांमधून बसलेली कोणीच व्यक्ती हलली नाही. तेव्हा नेटने म्हटले, ''मी उगाच गंमत करत होतो.''

मीटिंगला सुरुवात झाली. मघाशी टीममध्ये उगाचच आलेला तणाव कमी झाला. पण ॲलेक्सला आलेला ताण मात्र अजूनही कायमच होता. त्या तणावपूर्ण मनस्थितीतच त्याने सकाळचे सत्र संपवले.

दुपारच्या जेवणाच्या वेळी ॲलेक्सने, नेट व डॅन मायर्स या दोघांशी एकत्रपणे संभाषण केले. ''नेट, मला वाटते आहे की, तुला आज इथे यावेसे वाटत नव्हते,'' ॲलेक्सने म्हटले.

''तसे नाही, आय ॲम फाइन,'' नेट म्हणाला.

डॅन नेटजवळ सरकून हलक्या आवाजात त्याला म्हणाला, ''नेट, बेकलेमध्ये खरा बदल घडून यायची ही सुरुवात आहे. नवीन दिशेने जाण्यासाठीचा पुढाकार घेण्याची आपल्याला मिळालेली ती एक संधी आहे. पण तुला पाठिंबा द्यायचा नसेल, तर तू ॲलेक्सशी जरा कडक शब्दांत संभाषण कर.''

''ठीक आहे, मी तुझे ऐकतो...'' असे तुटकपणे म्हणत नेट तिथून उठून निघून गेला.

त्याचे वागणे पाहून ॲलेक्स हादरला. तो डॅनकडे वळला.

डॅनने त्याला धीर देत म्हटले, ''जे होते ते बऱ्यासाठीच ॲलेक्स... तू नेटशी लवकरात लवकर बोल.''

जेवणानंतर प्रत्येक विभागाने सामाईक ध्येय तयार केले व इतर टीम व विभागांच्या महत्त्वाच्या कृतियोजनांच्या उपक्रमांबाबत हातमिळवणी केली. टीमच्या सदस्यांनी वैयक्तिक कृतियोजना तयार केल्या व त्यांची हातमिळवणी असाधारण ध्येयाशी करण्यात आली. यालाच क्विनने 'कृतिशील सामाईक नेतृत्व' असे नाव दिले!

मग एकमेकांशी आतमधून जोडल्या गेलेल्या टीम्सनी आपापली भावी सामाईक ध्येये व त्यासंबंधी ते कोणते उपक्रम करणार आहेत याबद्दलची माहिती हलत्या, पांढऱ्या फळ्यांवर लिहिली आणि सर्व उपस्थित प्रेक्षकांना त्याबद्दल माहिती दिली. लोकांनी विचारलेल्या प्रश्नांची उत्तरे देण्यात आली व त्यांच्याकडून काही महत्त्वाचे

सल्लेही ऐकायला मिळाले. वर-वर पाहता दोन दिवसांच्या सादरीकरणामधून एक गोष्ट दिसून येत होती, ती म्हणजे कंपनीतील नातेसंबंध सुधारायला लागले होते. सामाईक ध्येयांबाबत केलेले ठराव दृढ व्हावेत, म्हणून तिथल्या तिथेच आणखी खोल विचारविनिमय करण्यात आले व खोलीतल्या महत्त्वाच्या भागधारकांबरोबर बसून निर्णय घेण्यात आले. सामाईक ध्येयांच्या 'मालकांनी' म्हणजेच महत्त्वाच्या भागधारकांनी ध्येय किती महत्त्वाचे आहे त्याचा क्रम, त्याची निकड व ध्येयाची पूर्ती करण्यासाठी निवडलेल्या उपक्रमांचा ध्येयावर होणारा परिणाम इत्यादीला प्रथम पसंती दर्शवली. जे उपक्रम ध्येयपूर्तीसाठी उपयुक्त वाटत नव्हते किंवा ज्या उपक्रमांमुळे दोन विभागांमध्ये प्रत्यक्ष संघर्ष होऊ शकला असता, अशा उपक्रमांमध्ये बदल करून सुधारणा करण्यात आली. त्यानंतर एकमताने निवडलेले उपक्रम ध्येयपूर्तीवर त्यांचा होणाऱ्या परिणामांनुसार क्रमाने लावले गेले. पुढील कृतियोजना व ध्येयपूर्ततेसाठी आवश्यक ती साधनसामग्री मिळवण्यासाठी याचा उपयोग होणार होता.

मात्र हे सर्व घडले आहे, यावर ॲलेक्सचा अजूनही विश्वास बसत नव्हता. केवळ दोन दिवसांच्या कालावधीत त्यांनी बेकले मेडिकलच्या विशेष महत्त्वाच्या ध्येय आखणीपासून या ध्येयाची पूर्ती करण्यासाठी जरुरी असलेल्या सामाईक ध्येयांची आखणी केली होती. क्विन नक्कीच बरोबर होता... आणि हा मार्ग खरोखरच जास्त चांगला होता, हे त्याच्या मनात आले. 'आपल्या नजरेला ही गोष्ट आधी का बरे पडली नाही? कदाचित तिच्यावर विश्वास बसण्यासाठी आपल्याला ती आधी पाहावी लागली किंवा ती पाहण्यासाठी तिच्यावर विश्वास ठेवावा लागला...' ॲलेक्सच्या मनात उलट-सुलट विचार घिरट्या घालू लागले.

दिवस संपला आणि कार्यशाळाही आटोपत आली. सर्व मूळ टीम्स जणू विलीन पावल्या आणि संगणकाच्या 'वर्कस्टेशन'पाशी या टीम्सची सुधारित आवृत्ती पाहायला मिळाली. उपस्थित असलेल्या प्रत्येक टीम सदस्याला कार्यशाळेतून मिळालेल्या वैयक्तिक मर्मज्ञानाबाबत भाष्य करण्याची व कौतुकाचे शब्द व्यक्त करायची संधी मिळाली.

हे सर्व झाल्यानंतर ॲलेक्सने कार्यशाळेचा समारोप करण्यासाठी छोटेसे भाषण केले व सर्वांना धन्यवाद देऊन कार्यशाळा समाप्तीची घोषणा केली. पण आश्चर्य म्हणजे हाताच्या बोटावर मोजण्याइतके लोकच तिथून बाहेर पडले. बाकी सर्व जण अजूनही तिथेच खिळून उभे राहिले होते. काहीतरी विलक्षण घडले आहे, याची सर्वांना जाणीव झाली होती. ते क्षण त्यांना जपून ठेवायचे होते आणि त्यांचा आनंदही घ्यायचा होता. भिंतीवरील उपक्रमांबाबतचे तक्ते पाहत व एकमेकांशी गप्पा मारत ते तिथेच घुटमळत राहिले. सर्वांच्या उत्साहाने व हर्षोद्गारांनी ती जागा जणू भारून

गेली होती.

इतक्यात कंपनीत बरेच वर्षे काम करणाऱ्या उत्पादन विभागाच्या पर्यवेक्षकाने आपल्या हातात माइक घेतला आणि म्हटले, "मी या वर्षी कंपनीतून निवृत्ती घ्यायचा विचार करत होतो. पण तुम्हाला सांगू आत्ता मला काय वाटते आहे ते? दहा हजार घोड्यांची ताकदसुद्धा मला इथून बाहेर ढकलू शकणार नाही."

मग इतरांनीही त्याचेच अनुकरण करून माइकवरून आपल्या प्रतिक्रिया आणि अभिप्राय देणे सुरू केले. उस्फूर्तपणे दाखले दिले गेले अन् हा कार्यक्रम खूप वेळ चालला. एक वेळ अशी आली की, ॲलेक्सला जरा दडपण आले अन् मार्गदर्शनासाठी तो क्विनकडे बघू लागला. क्विनने म्हटले, "जे घडते आहे ते होऊन जाऊ दे. त्याकडे दुर्लक्ष कर..."

शेवटी तासाभरानंतर ॲलेक्सला सत्र संपल्याचे जाहीर करण्यात यश मिळाले. त्याने पुन्हा एकदा सर्वांना धन्यवाद दिले. एव्हाना गर्दी विरळ झाली होती. ॲलेक्सने क्विनलाही बरोबर घेतले आणि "ओ माय गॉड!" असे म्हणत सुटकेचा निश्वास टाकला.

"अगदी खरे!" क्विन त्याला दुजोरा देत म्हणाला.

हॉलच्या दुसऱ्या बाजूला डॅन व केविन बसले होते. केविनने डॅनकडे पाहून मनापासून स्मित केले आणि म्हटले, "डॅन, कदाचित ही ॲलेक्ससाठी व कंपनीसाठीही एक नवी कोरी सुरुवात असू शकेल."

डॅनने मिनिटभर विचार केला आणि केविनचे लक्ष नसताना अचानक म्हटले, "ॲलेक्सला अजून खूप लांबचा पल्ला गाठायचा आहे. पण कशाची आवश्यकता आहे, हे त्याने ओळखले आहे. त्यासाठी त्याने व्यासपीठही उभारले आहे. या कंपनीतल्या लोकांना गट म्हणून काय साध्य करणे महत्त्वाचे आहे, ते समजले आहे. पण ते कसे साध्य करायचे हे दाखवणारे नेतृत्व त्यांना हवे आहे. कदाचित ॲलेक्सच्या जुन्या सवयी पुन्हा डोके वर काढतील आणि त्याची गाडी रुळावरून घसरेल... या नवीन सामाईक ध्येयांची जोपासना करण्यासाठी नियंत्रक म्हणून नव्हे; तर मार्गदर्शक म्हणून सूत्रे हाती घेणे जरुरी आहे. कंपनीत रुजू होताना ॲलेक्सने नव्या पद्धतीने पुढाकार घेण्याची गरज आहे."

त्याचे बोलणे ऐकून केविन धास्तावला. तो डॅनच्या बाजूने उठला व मागे जाऊन खिडकीपाशी उभा राहिला. दूरवर दिसणाऱ्या पिट्सबर्गच्या शहराकृतींकडे पाहताना त्याने स्वत:शीच मोठ्याने म्हटले, "डॅन, मला तुझे म्हणणे बरोबर समजले असेल, तर तुला असे म्हणायचे आहे का की, ॲलेक्सला हे सारे जमण्यासारखे नाही?"

डॅन उत्तरला, "असे मुळीच नाही..." त्याने धुक्यामध्ये अर्धवट दिसणाऱ्या पिट्सबर्ग शहराच्या क्षितिजरेषेकडे बोट दाखवत म्हटले, "आपल्या समोरचा मार्ग

स्पष्टपणे दिसण्याइतकी कुणाचीही नजर परिपूर्ण नसते. हा मार्ग स्पष्ट होण्यासाठी ॲलेक्सने नेटाने आपल्याला मदत केली पाहिजे आणि आपल्या ध्येयाच्या ध्रुवताऱ्याकडे नेण्यासाठी मार्गदर्शन केले पाहिजे. नाहीतर आपल्या ध्येयांबाबतची कल्पना जरी स्पष्ट मांडलेली असली, तरी त्यांची पूर्ती करणे आपल्याला कधीही शक्य होणार नाही...'' असे म्हणत डॅन खिडकीपासून दूर झाला.

मनाच्या त्या अवघडलेल्या अवस्थेत केविनला बेकलेचे कार्यालय असलेली स्टील टॉवरची इमारत उन्हात चमकताना दिसली... एव्हाना मघाशी असलेले धुके दूर झाले होते. बाहेरचा सूर्य पाहून केविनच्या मनातही आशेचे किरण उमटले होते... हे नक्कीच एक सुचिन्ह होते.

# लोकसमुदाय आणि सामूहिक कार्य

कार्यशाळेतील सत्रानंतर आठवड्याच्या आतच ॲलेक्सची अशा तीन व्यक्तींशी गाठ पडली, ज्यांनी ॲलेक्सला जाणीव करून दिली की, बेकले मेडिकलमधल्या गोष्टी आता पूर्वीसारख्या असणार नाहीत. पहिली व्यक्ती होती मिस्टर मॅट! त्या दिवशी अगदी सकाळी ॲलेक्स आपल्या कामाच्या टेबलवर काही गोष्टींबाबतच्या योजना आखण्यात गुंगला होता. त्याच्या मनात विचारचक्रे सुरू होती. तितक्यात मिस्टर मॅटने फोन केला.

"हॅलो ॲलेक्स, कर्मचाऱ्यांबरोबरच्या मीटिंगच्या अगोदर मी तुझ्याशी भेटू शकतो का? मला माहीत आहे की, तू आज दिवसभर कामांमध्ये अत्यंत व्यग्र असणार आहेस, पण मला तुला असे काहीतरी सांगायचे आहे, जे तुला ऐकायला आवडेल."

"चालेल, नक्की ये." ॲलेक्सने म्हटले.

"मी इथे येऊन पोहोचलोसुद्धा!" असे म्हणत मॅट ॲलेक्सच्या ऑफिसच्या खोलीत शिरला आणि धपकन् तिथल्या सोफ्यावर बसला.

ॲलेक्सने म्हटले, "हं सांग आता, तू कशाबद्दल बोलणार होतास ते!"

"समुदाय... लोकांचा समूह..." असे मॅट त्वरेने म्हणाल्यामुळे ॲलेक्सला आश्चर्य वाटले.

"ठीक... पण याबद्दल मला जरा खोलात जाऊन समजावून सांग," ॲलेक्सने म्हटले.

एखाद्या चित्रपटाच्या दिग्दर्शकाप्रमाणे हातांनी तयार केलेले एक काल्पनिक चित्र ॲलेक्सच्या नजरेसमोर धरत मॅट म्हणाला, "गेले काही दिवस भोजन कक्षात काहीतरी वेगळेच घडताना मला दिसत आहे. आपल्या कार्यशाळेच्या सत्रांनंतरची ही गोष्ट आहे... मी रोज तिथेच बसून जेवतो. हे असे का घडते आहे, हे आधी मला समजले नाही; पण मग अचानक माझ्या लक्षात आले की, लोकांचे पूर्वीचे कंपू मोडून पडत आहेत. गेली कित्येक वर्षे मी बघत आलो आहे की, कर्मचारी

आपापल्या कंपूला, आपापल्या गटाला किंवा आपापल्या मंडळींना कसे चिकटून राहतात, फिरतात अन् एकत्र जेवतात... पण आता सगळे काही बदलत चालले आहे. आपले कर्मचारी आपला कंपू सोडून दुसऱ्यांबरोबर मिसळत आहेत आणि भोजन कक्षात हसणे, गप्पा यांना ऊत येतो आहे. म्हणूनच एक चांगला अन् जबाबदार मनुष्य विकास अधिकारी या नात्याने मी या कारणाचा शोध घ्यायचे ठरवले आणि रोज जेवणाच्या वेळी माझी जागा बदलून या लोकांचे संभाषण ऐकू लागलो.''

''मग त्यातून तुला काय समजले?'' ॲलेक्सची उत्सुकता ताणली गेली होती.

''लोक संधींबाबत बोलत आहेत. कंपनीमध्ये काहीतरी चांगले करण्याची संधी... केवळ दुसऱ्या गटांच्या किंवा कंपूच्या पूर्ण सहकार्यानेच असे करणे शक्य होईल हे त्यांना माहीत आहे, म्हणूनच मदत घ्यायला आणि द्यायला ते आपल्या कंपूंबरोबरच दुसऱ्या मंडळींच्या संपर्कातही येत आहेत. लोकांमध्ये एकीची भावना वाढीला लागून त्यांचा लोकसमूह बनतो आहे.'' मग मॅट सोफ्यावरून किंचित पुढे वाकला आणि आपली बोटे एकमेकांवर ठेवत विणण्याची क्रिया करून दाखवत त्याने म्हटले, ''आम्ही सर्व जण एक होऊन एकीचे धागे विणत आहोत आणि हे खूप चांगले काम आहे असे मला वाटते. ॲलेक्स, तुझा मनुष्य विकास अधिकारी म्हणून मी आपल्या, सामर्थ्याबाबतच्या आणि संस्कृतीबाबतच्या कल्पना स्पष्ट करत आलो आहे.'' असे म्हणत त्याने ॲलेक्सच्या कार्यालयामधील पांढऱ्या फळ्यावर खालील शब्द लिहिले :

सामर्थ्य ← लोकसमूह → संस्कृती

''लोकसमूह म्हणजे सामाईक ध्येयपूर्तीच्या कार्याला वेग आणणारा घटक! त्याला या सामाईक ध्येयपूर्तीच्या कार्यामध्ये सामील करून घेण्याबाबत आपण जी चर्चा केली त्यावरून एक गोष्ट स्पष्ट होते. ती म्हणजे, प्रत्येकाला कामात सहभागी करून आपण व्यक्तिगत क्षमता उपयोगात आणतो आहोत आणि विविध विभागांमध्ये, परस्पर मदतीची देवाणघेवाण करून जे काम चालले आहे, ते खरे तर आपल्या 'उत्कृष्ट कामगिरीच्या' उद्देशाला पूरकच आहे. अशाच प्रकारची वातावरण निर्मिती व्हावी, याची आपण अपेक्षा करत होतो ना?''

ॲलेक्सने मॅटने केलेल्या रेखाटनाकडे नजर टाकत म्हटले, ''मॅट, हे मी माझ्याजवळ ठेवल्यास तुझी काही हरकत नाही ना? तुला मदत करताना हे मला उपयोगी पडेल.''

''तू असे म्हणशील अशीच माझी अपेक्षा होती. पण तू स्वत:च भोजनकक्षामध्ये जाऊन पाहिलेस तर बरे होईल.''

मग दुपारच्या जेवणाच्या वेळी ॲलेक्स स्वत:च भोजनकक्षामध्ये गेला आणि तिथल्या लोकांची गर्दी आणि गोंगाट पाहिला. मॅटने म्हटल्याप्रमाणे खरोखरच सर्वत्र गटागटांमध्ये चर्चा होत होत्या. एक गट जेवता-जेवता उत्पादनाच्या मूळ प्रतिकृती पाहत होता, तर दुसऱ्या एका टेबलवर ॲलेक्सच्या ओळखीच्या अजून दोन ग्राहकांमध्ये दुसऱ्या एका उत्पादनाबाबत चर्चा रंगली होती.

ॲलेक्स पाहत राहिला. त्याला त्यांच्यामध्ये अनाहुतपणे प्रवेश न करता मदतीचा हात पुढे करायचा होता. तो स्वत:शीच म्हणाला, 'आतापर्यंत मी या लोकांपुढे नायकाच्या भूमिकेतून वावरत होतो, पण मी त्यांच्याबरोबर काम करण्यात सामील झालो पाहिजे. त्यांना मदत केली पाहिजे. मी 'मदत करणारा नेता' बनलो पाहिजे.' त्याने आपल्या तपकिरी रंगाच्या बॅगेतून आपल्या जेवणाचा डबा काढला. त्यात सँडविच होते अन् डब्यावर रॅशेलने तिच्या अक्षरांत लिहिलेली एक चिठ्ठी होती–

*डॅडी,*

*आपण दोघे एकमेकांना आणखी एक संधी देतो आहे याचा मला आनंद झाला आहे. मला तुमची खूप गरज आहे, डॅड!*

*तुमच्यावर प्रेम करणारी....*

*– रॅशेल*

ॲलेक्सने ती चिठ्ठी परत आपल्या बॅगेत ठेवली आणि आपल्या चेहऱ्यावरील भाव कुणाला दिसू नयेत, म्हणून तो खाली मान घालून बसला. जरा सावरल्यावर त्याने परत पटकन आजूबाजूला पाहत भोजनकक्षाची न्याहाळणी केली, तेव्हा त्याला दूरच्या एका कोपऱ्यात नेट स्ट्रेयर दिसला. तो, त्याचा नियंत्रक अधिकारी आणि त्याचे बरेचसे इतर सहकारी एकत्र बसून जेवत होते. इतर गटांबरोबर न मिसळणारा हा अधिकाऱ्यांचा गट वेगळा उठून दिसत होता.

खरे तर ॲलेक्सला जर त्या गटाचा संवाद ऐकायला मिळाला असता, तर त्याला खूप मनोरंजक संभाषण ऐकायला मिळाले असते.

माइक मिलर, हा कंपनीचा नियंत्रक अधिकारी त्याच्या वरिष्ठ अधिकाऱ्याला, म्हणजे नेटला गप्प बसवून संभाषणात मागे ढकलण्याचा प्रयत्न करत होता. त्याने म्हटले, "तू मला काय करायला सांगतो आहेस, ते मी ऐकतो आहे, नेट! तुला माहीत आहे की, गेले काही आठवडे हा गोंधळ सावरण्यात माझी खूप शक्ती खर्ची पडली आहे. लोक त्यांच्यासाठी आखलेल्या सीमारेषा ओलांडून पुढे येत आहेत."

मग भोजनकक्षात नजर टाकत तो म्हणाला, "ते सर्व जण एकत्रपणे बहुविध अंदाजपत्रके तयार करत आहेत, प्रकल्प थांबवण्याबद्दल किंवा सुरू करण्याबाबत चर्चा करत आहेत... पण एकंदरीतच ही खूप चांगली गोष्ट आहे, असे मला म्हणायचे आहे. कारण त्यामुळेच मला वित्तविभागात प्रवेश करता आला. मला लोकांना त्यांच्या कामाची लय बदलताना मदत करायची होती. जे प्रकल्प चालत नव्हते ते बंद करायचे होते आणि आपल्या साधनसंपत्तींचा वापर उत्तम संधींकडे नेऊन वळवायचा होता... मला केवळ नियंत्रक म्हणून काम करायचे नाही, तर त्यांच्याबरोबर कामांत सहभागी व्हायचे आहे."

नेटने त्याचे बोलणे मध्येच थांबवले आणि माइककडे बोट दाखवून इशारे करत तो म्हणाला, "माइक, तू फक्त एक नियंत्रक आहेस आणि तू आम्हाला मदत न करता त्यांना सामील होतो आहेस," असे म्हणून त्याने आपल्या हातातला ग्लास अशा रीतीने दाणकन् टेबलावर आदळला की, तो जवळ-जवळ फुटलाच! सर्वांच्या माना त्यांच्या टेबलाकडे वळल्या. मग माइक शांत सहज स्वरात म्हणाला, "हे फक्त आपल्या किंवा तुमच्यासाठीचे कार्य नाही... तर ते सर्वांसाठीचे कार्य आहे."

☆

नेटचे सहकारी जेवण आटोपून निघून गेल्यानंतर ॲलेक्स आपल्या व्हीलचेअरवरून नेटकडे गेला. त्याने विचारले, "मित्रा, तुला एवढा कशाचा त्रास होतो आहे, त्याबद्दल परत बोलू या. पण तू आजकाल एवढा धास्तावलेला का वाटतोस?"

नेटने शांतपणे उत्तर दिले, पण तो निराश झालेला स्पष्टपणे दिसून येत होते. "मला काही हे असाधारण ध्येय वगैरे प्रकार पटत नाही. ते काही व्यवहार्य आहे असे मला वाटत नाही. खूप पूर्वी तुझे आणि माझे एका काम करण्याच्या पद्धतीवर एकमत झाले होते... मला वाटत होते की, त्याच कारणासाठी तू मला बेकलेमध्ये घेऊन आलास. ज्या प्रकारे तू कंपनीला यश मिळवून देतोस, तसेच मला पण करायचे आहे आणि मला माझ्यासाठी जे मिळणे आवश्यक आहे, तेही मला मिळायला हवे आहे. मी काही फार मोठा, कर्तृत्ववान माणूस वगैरे नाही; पण मी प्रामाणिक तरी नक्कीच आहे."

ॲलेक्सने एक दीर्घ श्वास घेतला आणि म्हटले, "अगदी प्रामाणिकपणे सांग की, दुसऱ्या व्यक्तींना जास्तीतजास्त मदत करण्यासाठी प्रयत्नशील असणे ही किती मोलाची कामगिरी आहे, हे तुला जाणवते ना?"

"अरे, ती कामगिरी जगातल्या नेल्सन मंडेलांसारख्या लोकांवर सोड... आपण आपले लक्ष फक्त कंपनीची गाडी योग्य मार्गाने धावते की नाही, हे पाहण्यावर ठेवले

पाहिजे नाही का? आपण फक्त आपल्या व्यवसायाची जबाबदारी घेतली पाहिजे म्हणजे लोकांच्या नोकऱ्याही टिकतील... शिवाय आपल्या मागे ठरवलेल्या पद्धतीतल्या काही खेळी अजून बाकी आहेत त्याचे काय? मला असे वाटते की, आपण एका गोष्टीवर कबूल झालो होतो की, योग्य वेळ आली की, आपण आपल्या कंपनीला 'विक्रीसाठी असलेला एक आकर्षक प्रकल्प' म्हणून जाहीर करू.''

''नेट, माझे असे म्हणणे नाही की, आपण उत्कृष्ट कामगिरीसाठी ओळखले जाऊ नये, पण उत्कृष्ट कामगिरी करण्यासाठीची मजल गाठताना आपण कोणता मार्ग अवलंबतो आणि त्याचा शेवट काय असेल, ते महत्त्वाचे आहे. मी विचार करतो आहे की, जर आपण ट्रिपल बॉटम लाइनचे (तिहेरी तळरेषेचे) परिणाम लक्षात घेतले असते, तर व्यवस्थापनाचे निर्णय कसे वेगळ्या प्रकारे घेण्यात आले असते.''

(टीप : 'कुठल्याही संस्थेच्या यशाचा विचार करताना पारंपरिक पद्धतीप्रमाणे केवळ कंपनीच्या आर्थिक नफ्याचाच नव्हे, तर कंपनीने सर्वसामान्य जनता व जीवसृष्टीच्या हिताबाबतच्या गोष्टी विचारात घेतल्या आहेत की नाही, हे ही लक्षात घ्यावे लागते. म्हणजेच आर्थिक, सामाजिक व पर्यावरण या तिन्हींसंबंधी विचार करून मिळवलेले यश म्हणजे ट्रिपल बॉटम लाइन (तिहेरी तळरेषा) लक्षात घेऊन मिळवलेले यश होय.)

''ट्रिपल बॉटम लाइन? तुझ्या म्हणण्याचा अर्थ, कंपनीच्या आर्थिक फायद्यांबरोबरच समाजाचा व पर्यावरणालाही न्याय द्यायचा? ॲलेक्स, हे तर आपल्या चाकोरीबाहेरचे, आपल्याला मिळणाऱ्या पगाराबाहेरचे काम आहे ना?'' नेटने चमकून विचारले.

ॲलेक्स त्याला उत्तर देत म्हणाला, ''खर तर ही संज्ञा मला केन ब्लँचार्ड याच्या 'लीडिंग ॲट अ हायर लेव्हल' या पुस्तकात मिळाली. केनच्या मते, वरच्या स्तरावरचे नेतृत्व करण्यासाठी १) ग्राहकांना वेगवेगळ्या अन् चांगल्या दर्जाच्या पर्यायांची निवड करू देणे. २) कामाच्या ठिकाणचे चांगले वातावरण, कर्मचाऱ्यांसाठी उत्तम सोयीसुविधा, सकारात्मक नेतृत्व इ. गुणांमुळे नोकरीकरता आपल्याकडे आकर्षित करून घेणे. ३) आकर्षक व्याज दर, किंवा भागधारकांना, तुमच्या पैशाचे मूल्य जास्तीतजास्त वाढवेल, अशी गुंतवणूक करू देणे या तीन गोष्टींचा विचार करावा लागतो.'' क्षणभर बोलायचे थांबून ॲलेक्स पुढे म्हणाला, ''उदात्त उद्देश डोळ्यांपुढे ठेवून त्याच्या पूर्तीसाठी उत्तम कामगिरी व्हावी यासाठी या तिन्ही गोष्टी एकत्र आणून काम कसे करता येईल, हे मी पाहणार आहे. आपल्या व्यवसायाची सुरू असलेली वाढ तशीच कायम राहावी, म्हणून जे निर्णय घेतले जातील त्याबाबतचे 'नियम' म्हणून मी या संज्ञेचा वापर करणार आहे.''

''ॲलेक्स, या प्रकारांमुळे सर्व गोष्टी आवश्यकतेपेक्षा जास्त अवघड होत

आहेत असे तुला वाटत नाही का?'' नेटने विचारले.

''नाही. तसे होणार नाही... पण त्यासाठी गोष्टी योग्य रीतीने करणे आणि वाईट अनावश्यक गोष्टी करणे टाळणे अत्यंत जरुरी आहे. तुला आपल्या काही मित्रांनी त्यांच्या कंपनीत निष्काळजीपणे केलेला तो प्रकार आठवतोय?'' ॲलेक्सने विचारले.

नेटच्या डोळ्यांसमोर त्याच्या स्पर्धकांवर नुकताच लावलेला खटला आला. त्या कंपनीने आपल्या प्रतिकूल उत्पादनांच्या परिणामांवर कडक नजर न ठेवल्यामुळे त्या उत्पादनांमुळे होणारा त्रास रुग्णांना भोगावा लागला होता.

''ॲलेक्स, खरंतर तू नुकताच अपघाताच्या महाभयंकर संकटातून बाहेर पडला आहेस. बेकले मेडिकलकडे लक्ष देण्यापेक्षा तू तुझी तब्येत सुधारण्याकडे अधिक लक्ष द्यावे, हे बरे नाही का?'' नेटने म्हटले.

त्याला प्रत्युत्तर देत ॲलेक्सने म्हटले, ''खरे म्हणजे आत्तापर्यंत मी केलेल्या गोष्टींमध्ये मला सर्वांत जास्त खातरी वाटणारी हीच गोष्ट आहे, नेट. पण ही गोष्ट आता केवळ माझी किंवा माझ्यापुरती राहिलेली नाही. माझा असा विश्वास आहे की, आपल्या कंपनीतल्या लोकांमध्ये सर्व जण एकत्र येऊन कंपनीचे भविष्य घडवू शकतील एवढी क्षमता नक्कीच आहे.

''पण तुझे काय नेट? ब्लँचार्डचे म्हणणे लक्षात घेऊन वरच्या स्तरावरचे नेतृत्व करण्यासाठी तू कशाप्रकारे जबाबदारी घेशील?''

''अगदी प्रामाणिकपणे म्हटले, तर मला यामध्ये पडायचेच नाही. माझ्या हाताखालच्या कर्मचाऱ्यांकडून मी अर्थव्यवहार आणि अकाउंट्स विभाग कसा चालवायचा या विषयाबाबत सल्ला घेण्याच्या कल्पनेनेच मला पोटात ढवळते,'' नेट म्हणाला.

''मी समजू शकतो. आपली कार्यशाळा सुरू होण्याआधी मलाही तसेच वाटत होते आणि अजूनही संचालक मंडळी कदाचित मला वगळू शकतील,'' ॲलेक्सने म्हटले. ''पण नेट, स्वत:च्या आतमध्ये डोकावून बघ आणि स्वत:लाच विचार की, आपल्या प्रश्नांना हात घालण्याची आपली पद्धत कशी आहे? शिवाय तुला मदत करावीशी वाटत असणारे लोक आहेत.''

''असू शकतील...'' नेट उसळून म्हणाला.

नेटला आपल्याकडे वळवून घेणे म्हणजे अजून एक आव्हान आहे, असे ॲलेक्सच्या मनात आले. ''लवकरच आपण परत एकदा या विषयावर बोलू, नेट,'' असे म्हणत तो आपल्या व्हीलचेअरवरून निघून गेला.

त्या आठवड्यात ॲलेक्स एकदा त्याच्या कार्यालयात बसला होता. त्याच्या मनात नेटने व्यक्त केलेल्या मतांबाबतचे विचार घोळत होते. बेकले मेडिकलमधली इतर मंडळीदेखील 'असाधारण ध्येयाबाबतची जबाबदारी' कशी निभावत असतील, याचे कुतूहल त्याच्या मनात दाटून आले होते. इतक्यात अचानक ॲलेक्सचा साहाय्यक त्याच्या कार्यालयात डोकावला आणि त्याने म्हटले, "सर, डॉ. स्टॅन आले आहेत. त्यांना दोन मिनिटे तुमच्याशी काही बोलायचे आहे. ते इथे बाहेरच उभे आहेत."

"प्लीज आत या, डॉ. स्टॅन," बाहेरच्या खोलीकडे पाहत ॲलेक्सने त्यांना हाक मारली.

बेकले मेडिकलसाठी अनेक अत्यंत महत्त्वाच्या उत्पादनांचे एकाधिकार निर्माण करणारे अतिशय बुद्धिमान व्यक्तिमत्त्व म्हणजे डॉ. स्टॅन! ते ॲलेक्सच्या वडिलांचे सुरुवातीचे भागीदार होते. लटपटत्या शरीराने, हळुवारपणे पावले टाकत त्यांनी ॲलेक्सच्या खोलीत प्रवेश केला आणि सावकाशपणे तिथल्या सोफ्यावर बसत त्यांनी ॲलेक्सकडे पाहिले. या पूर्वी अनेकदा ते ॲलेक्सच्या वडिलांबरोबर इथेच बसत असत.

"ॲलेक्स, तुझ्यासाठी एक चांगली बातमी घेऊन आलो आहे," असे म्हणत त्यांनी बोलायला सुरुवात केली. "आणि मला असे वाटते की, ती तुला नक्कीच आवडेल."

"हो नक्कीच, पण ती काय आहे ते तर सांगा डॉ. स्टॅन," ॲलेक्सने अधीरपणे विचारले.

"हे बघ, तुझ्या वडिलांनी नेहमीच हे स्पष्टपणे सांगितले होते की, कुठलीही कामगिरी करताना कंपनीच्या मूल्यांना धक्का लागता कामा नये. खरे तर त्यांचे म्हणणे असे होते की, एखादी कामगिरी योग्य किंवा बरोबर रीतीने करण्याच्या आपल्या नीतिमूल्यांचा नेहमी विजय व्हावा. तशी कामगिरी करताना जरा जास्त पैसा खर्च झाला तरी हरकत नाही."

"मग आपण ही मूल्ये कितपत पाळतो आहोत असे तुम्हाला वाटते डॉ. स्टॅन?" ॲलेक्सने विचारले.

एक दीर्घ श्वास घेत डॉ. स्टॅन म्हणाले, "हं... अलीकडे आपण आपला हा मार्ग सोडून जरा भरकटल्यासारखे झालो आहोत."

त्यांचे उद्‌गार ऐकून ॲलेक्सने म्हटले, "ऊफ... मला वाटलं होतं की, तुम्ही मला खरोखरच एक चांगली बातमी द्याल!"

"चांगली बातमी आहे; पुढे तर ऐक. आपल्या असाधारण ध्येयामुळे आपण पुन्हा पूर्वीसारखे आपल्या चांगल्या मूल्यांची कास धरू शकतो आहे. आता ही घटना

ऐक... माझे दोन इंजिनिअर्स मला भेटायला आले. त्यांचे म्हणणे होते की, आपली कंपनी एक विविध कार्ये करणाऱ्या मॉनिटरचे म्हणजे माहिती दर्शकाचे उत्पादन करते आहे; परंतु त्यात वापरले जाणारे काही भाग बाहेरून मागवले जात आहेत. पण त्यांचा दर्जा आपल्या कंपनीने नेमून दिलेल्या दर्जाप्रमाणे नाही; मात्र ते अतिशय स्वस्त दराने विकत मिळत आहेत. आता असे भाग वापरून तयार केलेले उत्पादन आपण विकले, तर सुरुवातीला आपली विक्री खूप होईल... पुढच्या काही काळात आपला नफाही वाढेल,'' असे म्हणत डॉ. स्टॅनने भुवया ताणल्या आणि म्हटले, ''पण मधल्या काळात आपल्या उत्पादनाचे खरे परिणाम बाहेर दिसू लागतील आणि हे उत्पादन अयशस्वी होत असल्याचे दिसून येईल.''

''तुम्ही चांगल्या बातमीबद्दल बोलणार होता ना?'' त्यांना थांबवत ॲलेक्सने मध्येच विचारले.

''होय, तेच सांगतो आहे. आपल्या कार्यशाळेनंतर माझी संपूर्ण टीम माझ्याकडे आली आणि म्हणाली की, आपल्या उत्पादनांत हे स्वस्तातले भाग वापरण्याचा प्रस्ताव ताबडतोब बदलला पाहिजे. त्यांच्याबरोबर कंपनीची मूल्ये लक्षात घेऊन याबाबत चर्चा करताना ते म्हणाले, 'आम्हाला ग्राहकांचा जीव धोक्यात घालायचा नाही...' ते असे म्हणाले, ही खरेच चांगली गोष्ट आहे.''

''मला पटतंय...'' असे ॲलेक्स म्हणाला खरा; पण त्याच्या नजरेत प्रश्नचिन्ह होतं.

''आता तुला एक आनंदाची बातमी देतो... ती बोनस आहे असे समज,'' असे म्हणत डॉ. स्टॅन पुढे बोलू लागले. ''माझ्या इंजिनिअर्सनी त्या मॉनिटरच्या संरचनेत फेरफार केले आणि बाहेरून मागवणाऱ्या भागांची गरजच भासू दिली नाही. आता आपल्याकडे तयार होणारे उत्पादन अधिक चांगल्या दर्जाचे, भरवशाचे आणि कमी किमतीचे असेल. हे सर्व घडले कारण आपल्या टीमने योग्य व चांगल्या गोष्टी करायचा निर्णय घेतला. या निर्णयामुळे आपण व आपल्या हाताखालची टीम दोघांचाही विजय झाला आहे. आपल्या जुन्या मूल्यांशी पुन्हा एकदा नव्याने वचनबद्ध झाल्यामुळे आम्ही योग्य मार्गानेच पुढे गेलो आणि आधीपेक्षा चांगले आणि फायदेशीर उत्पादन तयार करू शकलो. मला असे वाटते की, ही बातमी तुला ऐकायला नक्कीच आनंद होईल... मला वाटतयं की, आपण आता पुन्हा आपल्या प्रवाहाकडे येतो आहे... पूर्वीप्रमाणेच मूल्ये जपून त्यानुसार कामगिरी करतो आहे.'' असे म्हणताना डॉ. स्टॅनच्या चेहऱ्यावर स्मित उमटले.

ॲलेक्सनेही हसूनच त्यांना प्रतिसाद दिला आणि आपल्या खुर्चीवर बसत त्याने म्हटले, ''ही खरोखरच आनंदाची बातमी आहे. असे आणखी काही प्रसंग घडले तर जरूर सांगा. ते मी इतरांना सांगेन कारण इतरांना त्यापासून प्रेरणा मिळेल.''

सोफ्यावरून किंचित पुढे झुकत डॉ. स्टॅनने म्हटले, "तुला खरोखरच ऐकण्यामध्ये रस असेल, तर माझ्याकडे सांगण्यासारखी अजून एक कहाणी आहे. खरे तर मी ती कहाणी पुढच्या वेळेसाठी राखून ठेवली होती, पण ती सांगायला आत्ताचीच वेळ चांगली आहे असे मला वाटते."

"खरेच? मग सांगा ना!" ॲलेक्सने उत्सुकतेने म्हटले.

"संशोधन व विकास विभागाकडे एक विनंती करण्यात आली... ती आमच्यापर्यंत कशी व कुणी पोहोचवली? देवालाच माहीत! पण ही एका आईने तिच्या एकुलत्या एका मुलासाठी केलेली विनंती होती. इतर कुठल्याही ठिकाणी न जाता आपल्या कंपनीशी तिने संपर्क साधला आणि विचारले की, 'आपल्या कंपनीची निर्मिती असलेल्या, हृदय व नाडीसंबंधीचे रोपण करण्यासाठी वापरण्यात येणाऱ्या उपकरणांमध्ये आपल्याला काही फेरफार करता येतील का?' त्यांच्या मुलाचे शरीर इतरांपेक्षा जरा वेगळे होते व त्यात काही गुंतागुंत असल्याने त्यावेळच्या प्रचलित उपकरणांमुळे त्यांना काही तांत्रिक समस्या येत होत्या आणि म्हणूनच मुलासाठी त्यांना त्या उपकरणांत बदल करून हवे होते. आम्ही त्या तांत्रिक समस्यांकडे पाहिले. वरवर पाहता असे बदल करणे अतिशय कठीण आणि जिकिरीचे काम होते. आम्हाला त्या उपकरणाचे स्वरूप बदलण्यासाठी खूप वेळ द्यावा लागणार तर होताच, शिवाय अशा प्रकारचे केवळ एकच उपकरण बनवायचे असल्यामुळे त्यासाठी खर्चही बराच येणार होता. म्हणूनच मी त्यांची विनंती मान्य केली नाही. पण त्या बाईने चिकाटी सोडली नाही. ती आम्हाला भेटायला पिट्सबर्गला आली आणि आमच्याकडून तसे उपकरण बनवून घेण्यात शेवटी यशस्वी झाली."

ॲलेक्सच्या पुस्तकांच्या शेल्फवर असलेल्या रूस बेकलेच्या फोटोकडे बोट दाखवत डॉ. स्टॅन म्हणाले, "ॲलेक्स, आज तुझे वडील हयात असते, तर आम्ही जे केले तसेच त्यांनी पण केले असते... आम्ही त्या मूळ उपकरणामध्ये ग्राहकाच्या जरुरीनुसार फेरफार करायचे ठरवले व त्या मुलासाठी उपयुक्त असलेले 'एकमेव' उपकरण बनवण्याच्या कामगिरीला लागलो. दिवसरात्र मेहनत करून अन् सुटीच्या दिवशीही काम करून आम्ही ते उपकरण बनवले. त्यानंतर त्या मुलाच्या शस्त्रक्रियेच्या वेळी क्लेवलँडला मी प्रत्यक्षपणे हजर राहिलो. ती शस्त्रक्रिया पूर्णपणे यशस्वी झाली आणि हृदय व नाडीसंबंधीतले पुनर्रोपण नीट पार पडले... माझ्याकडे त्या गोड मुलाचे फोटोसुद्धा आहेत!" असे म्हणत डॉ. स्टॅनने त्या मुलाचे त्यांच्या मोबाईलवरचे फोटो दाखवले.

"आणि त्यानंतरची चांगली बातमी पण ऐक. या नवीन उपकरणाबाबतचे रेखाटन करताना आणि ते चालू शकेल की नाही, याबाबत प्रयोग करताना आम्ही कितीतरी नवनवीन कल्पना जोखून पाहिल्या आणि त्यातील एक-दोन कल्पना

खरोखरच चांगले परिणाम देणाऱ्या होत्या. आता त्याच कल्पनांचा वापर आम्ही आपल्या उत्पादनक्षेत्रात करणार आहोत. आम्ही जे काही बनवत आहोत, ते ग्राहकांना आवडते आहे. याचा अर्थ हाच आहे ॲलेक्स की, आपण योग्य गोष्टींद्वारे भरपूर पैसा मिळवू शकतो. असाधारण ध्येय आणखी वेगळे काय सांगते? खरे तर आम्ही ही घटना तुझ्या कानांवर आधीच घालायला पाहिजे होती... पण त्या वेळचा ॲलेक्स 'वेगळा'...''

ॲलेक्सने स्टॅनला पुढे बोलूच दिले नाही. त्यांचे बोलणे तोडत तो म्हणाला, ''मला माहीत आहे... पण तुम्ही साऱ्यांनी जे केले, ते मला खरोखरंच आवडले आहे. चांगले काम असेच चालू ठेवा.''

मग स्टॅनने उठून ॲलेक्सशी हस्तांदोलन केले आणि त्याला धन्यवाद देत त्याने ॲलेक्सचा निरोप घेतला.

# असाधारण ध्येयाबाबतची शिकवणी

ॲलेक्सच्या साहाय्यकाने, ॲलेक्स व डॉ. स्टॅन यांच्यातील संभाषण ओझरते ऐकले होते. डॉ. स्टॅन निघून गेल्यावर तो ॲलेक्सच्या खोलीत आला आणि म्हणाला, ''ही खरोखरच आनंदाची गोष्ट आहे नाही का? तुमचे वडील आज हयात असते अन् इथे असते, तर किती चांगले झाले असते ना? त्यांना हे सर्व पाहून खूप बरे वाटले असते. हो ना?... आणखी एक गोष्ट सांगायला म्हणून आत आलो. ती म्हणजे बाहेर क्विनसाहेब आले आहेत तुम्हाला भेटायला... त्यांना आत येऊ दे का?''

क्विन आत येईपर्यंत ॲलेक्स सहजच आपल्या खोलीच्या भिंती न्याहाळू लागला. त्या भिंतीवर कार्यशाळेच्या वेळी ज्या पांढऱ्या फलकांवर लिहिले होते, त्या फलकांचे फोटो होते. या फलकांवर ध्येय आणि त्यांच्या पूर्तीसाठी हाती घेतलेल्या उपक्रमांचे वर्णन केले होते. अन् ॲलेक्सने त्याच्या गत आयुष्यात जे-जे साध्य केले होते, ते रूपकात्मक रीतीने त्या फलकांवर मांडण्यात आले होते. त्या कलात्मक रचनांचे कौतुक करत ॲलेक्स स्वत:शीच हसला. इतक्यात क्विन आत आला आणि त्या भिंतींकडे त्याचेही लक्ष वेधले गेले... त्याने विचारले, ''ॲलेक्स, कार्यशाळेत जे होऊन गेले, त्याबद्दल तुला काय वाटते आहे?''

''आश्चर्य! निव्वळ आश्चर्य!'' ॲलेक्स उद्गारला. ''आत्ताच इथे डॉ. स्टॅन आले होते. त्यांनी मला काही घटनांची उदाहरणे दिली. ती खरोखरच थक्क करणारी होती... अद्भुत, आश्चर्यजनक! मला खरचं वाटलं नव्हतं की, आपल्या असाधारण ध्येयामुळे एवढ्या मोठ्या प्रमाणात लोकांच्या कल्पना पुढे येतील आणि नुसत्या कल्पनाच नव्हे; तर त्या पूर्ण करण्यासाठी लागणारी ऊर्जाही लोकांमध्ये आहे... आता मला कळते आहे की, जेव्हा तुम्ही सतत लोकांना काय करायचे व कसे करायचे ते सांगत राहता, तेव्हा त्यांच्यामधल्या खऱ्या ऊर्जेला तुम्हाला वाट करून देता येत नाही.'' ॲलेक्सच्या आवाजात विषाद होता.

क्विनने विचारले, ''काय झाले ॲलेक्स? असे का म्हणतो आहेस?''

ॲलेक्स क्षणभर गप्प राहिला. मग शांतपणे विचार करत तो बोलू लागला. भीतीयुक्त स्वरात त्याने म्हटले, ''क्विन, माणूस हा सवयींचा गुलाम असतो. मला भीती वाटते की, माझ्यातला जुना ॲलेक्स पुन्हा डोके वर काढेल आणि हे सारे धुळीला मिळवेल... एखादी संस्था कशा प्रकारे चालवली जाते, याचे मला खातरीलायक ज्ञान नाही. आता पुढे काय होणार?''

क्विन ॲलेक्सच्या जवळ गेला आणि त्याच्यावर नजर रोखत ठामपणे म्हणाला, ''ॲलेक्स, देवाने तुला असामान्य गुणांचा नजराणा देऊन जन्माला घातले आहे ते असामान्य गोष्टी घडवून आणण्यासाठी... तुझ्या वडिलांच्या लक्षात ही गोष्ट आली होती आणि मलाही ते दिसते आहे.''

वडिलांच्या उल्लेखाने ॲलेक्सचा कंठ दाटून आला.

''माझ्या वडिलांना मी जशा प्रकारचे नेतृत्व करावे असे वाटत होते, तशा प्रकारचे नेतृत्व माझ्या हातून घडेल, याची मी आशा करतो.'' ॲलेक्स शांतपणे म्हणाला.

''पण तुझ्या लक्षात आहे ना की, 'चांगले नेतृत्व हे स्वकेंद्रित नसते, तर त्यामध्ये नेहमीच दुसऱ्याच्या भल्याचा विचार केला गेलेला असतो. चांगले नेतृत्व नेहमीच दुसऱ्यांमधील चांगल्या गुणांना वाट करून देते आणि त्यांच्या अंगभूत क्षमतांचा विकास घडवून आणून त्यांना सामर्थ्यशाली बनवते आणि त्यायोगे त्यांना यशस्वी होण्यास मदत करते. सामाईक ध्येयांद्वारे तुम्ही या गोष्टींची खातरी करून घेता की, कंपनीतला प्रत्येक जण दुसऱ्याला सहकार्य देतो आहे आणि सर्व जण एकत्रपणे ते काम करत आहेत. मात्र 'उदात्त संकल्प/उद्देश, उत्कृष्ट कामगिरी' हे ब्रीदवाक्य असणाऱ्या कंपनींमध्ये वेगवेगळे विक्रम साध्य करण्यासाठी व अकस्मात महत्त्वाचे शोध किंवा घडामोडी करण्यासाठी कर्मचारी हातमिळवणी करतात व या दोन्ही गोष्टींना एकत्र बांधून सततच्या विक्रमांचे जणू एक गतिचक्र निर्माण करतात. तुझ्याकडे असलेल्या लोकांनी असाधारण ध्येय कोणते आणि सामाईक ध्येय कोणती हे बरोबर ओळखले आणि ते जबाबदारी घेऊ शकतील इतक्या उपक्रमांबाबत पुढाकार घ्यायचे ठरवले. आता तू त्या सर्वांना या ध्येयांची पूर्तता करण्यास मदत कर आणि त्यासाठी त्यांनी नीटपणे आखून तयार केलेल्या उपक्रमांना पुरस्कृत कर. या उपक्रमांमुळे विविध विभागातील कर्मचारी एकमेकांशी जोडले जातील व ध्येयांची पूर्ती करू शकतील.''

क्विनने ॲलेक्सच्या खोलीतील पांढऱ्या फळ्यावर लिहिले :

१. सामाईक ध्येयांवर लक्ष केंद्रित करण्यासाठी आणि परिणामकारक घडामोडींतून यश मिळवण्यासाठी पुढाकार घेऊन उपक्रम करणाऱ्या टीम्सना करारबद्ध करा.
२. टीमच्या सदस्यांना एका चांगल्या व मोठ्या शिक्षण व विकास कार्यक्रमाचा अनुभव मिळेल याची खातरी करून द्या.
३. उपयुक्त प्रशिक्षण पद्धती अमलात आण आणि सर्व स्तरांवरील कर्मचाऱ्यांना तिचा लाभ घेऊ द्या.

"मी या पद्धतीला 'पुढाकार घेऊन केलेल्या उपक्रमांवर आधारित विकास' असे नाव दिले आहे. एखादा प्रकल्प यशस्वी व्हायला हवा असेल आणि त्याबरोबरच लोकांचा विकासही साधायचा असेल, तर एक खास प्रकारचे प्रशिक्षण आवश्यक असते. त्याला मी 'असाधारण ध्येयाबाबतचे प्रशिक्षण' असे नाव दिले आहे. ही आहे चांदणीवरची तिसरी आचरण पद्धती आणि तिचा वापर करणे म्हणजे प्रात्यक्षिकासहित कृती करून दाखवण्यासारखे आहे."

"माझे याबद्दलचे कुतूहल आणखीनच वाढत चालले आहे क्विन," ॲलेक्सने म्हटले.

"फारच छान!" क्विन उद्गारला. "माझ्याकडे एक प्रश्नावली आहे. तिची उत्तरे शोधताना केलेल्या विचारावरून तुला समजेल की, कंपनीसाठी तू अत्यंत महत्त्वाचे योगदान कसे देऊ शकतोस... मुख्य म्हणजे या प्रश्नावलीचा उपयोग करून इतरांनाही त्यांचे आपापले ध्येय साध्य करण्यास मदत होईल."

"पुढे काय होईल?" ॲलेक्सने विचारले.

"पूर्ण केलेल्या सामाईक ध्येयांची अंमलबजावणी करण्याकरता, बेकले मेडिकल पूर्वीच्या पद्धतींपेक्षा आमूलाग्र रीतीने वेगळी असलेली आणि खोलवर परिणाम घडवून आणणाऱ्या घडामोडींसाठी कारणीभूत ठरेल अशी कोणती पद्धत वापरून आगेकूच करेल?"

त्या प्रश्नातली जबरदस्त ताकद ऐकल्याक्षणीच ॲलेक्सला जाणवली. त्याच्या मनात आले... 'क्विन खरोखरच असे प्रश्न तयार करतो की, ज्यावरून मला काही शिकायला मिळते.' मग त्याने त्या प्रश्नाचे उत्तर देताना अनेक कल्पना मांडल्या आणि क्विनने त्यांची नोंद खोलीतल्या पांढऱ्या फळ्यावर केली.

"बरं, आणखी काय? तुझ्या मनात आणखी काय कल्पना आहेत?" क्विनने विचारले. ॲलेक्सने आणखी काही कल्पनांची भर घातली.

सुरुवातीला ॲलेक्सला वाटले की, क्विनला त्याच्याकडून स्वत:ला अपेक्षित असणारे एक निश्चित उत्तर हवे आहे. पण मग थोड्याच वेळात त्याच्या लक्षात

आले की, क्विन आपल्याला विचार करायला भाग पाडून आपल्याच कल्पना पुढे मांडायला सांगतो आहे. त्याच्या विचार करण्यामुळे कितीतरी आश्चर्यजनक कल्पना पुढे आल्या, हे त्याला जाणवले. मग दहा मिनिटांनी त्याने हसत-हसत आपल्याकडचा एक काल्पनिक पांढरा झेंडा हलवल्याची खूण करत म्हटले, "बस्स! माझ्याकडे इतक्याच कल्पना आहेत."

त्यानंतर पुढे तासभर क्विनने ॲलेक्सच्या मेंदूला खाद्य मिळेल असे आणखी काही प्रश्न विचारले आणि त्यांच्या विचारांची गाडी चांगल्या दिशेने नेण्यास भाग पाडले. हे प्रश्न पुढील प्रकारचे होते –

- असाधारण ध्येयाच्या दिशेने आगेकूच करण्यासाठी इतरांची मदत घेण्यासाठी तुम्ही कशा प्रकारे सेतूबंधन कराल म्हणजेच कशा प्रकारे त्यांच्याशी संबंध जोडाल?
- ध्येयपूर्तीच्या मार्गात सातत्याने येणारे अडथळे कोणते?
- हे अडथळे कायमचे दूर करण्यासाठी व यशाच्या दिशेने वाटचाल करण्यासाठी तुम्ही काय कृती कराल?
- तुमच्या टीमच्या सदस्यांच्या सांघिक बलस्थानांचा उपयोग तुम्ही विशिष्ट संधींसाठी कसा करून घ्याल?
- महत्त्वाच्या घडामोडी लवकर व चांगल्या रीतीने घडून याव्यात यासाठी तुम्ही कोणते नातेसंबंध, ज्ञानभांडवल, अनुभव, व्यवसाय प्रतिष्ठा किंवा इतर मालमत्तेचा वापर कराल?
- होणाऱ्या प्रगतीचे मूल्यमापन तुम्ही कसे कराल आणि सतत प्रगतिपथावर कसे राहाल?

या प्रत्येक प्रश्नावर क्विन ॲलेक्सकडून सर्वोत्तम कल्पना पुढे कशा येतील, हे पाहत राहिला. त्याच्याकडच्या कल्पनांचा साठा संपल्यावर क्विनने ॲलेक्सला विनंती केल्यासारखे विचारले, "आता मी याबाबतचे माझे विचार तुला ऐकवू का?"

या प्रक्रियेचा ॲलेक्सला दुहेरी फायदा झाला. एकतर त्याला स्वतःच्या चांगल्या कल्पना जोखून पाहता आल्या आणि दुसरे म्हणजे या साऱ्या गोष्टींमध्ये क्विनला किती ज्ञान आहे, हेही त्याला समजले. जमेची बाब ही होती की, ॲलेक्सने मांडलेल्या कल्पना मुळातच खूप चांगल्या असल्यामुळे क्विनला त्यात फारसे फेरबदल करावे लागले नाहीत.

आता आणखी काही प्रश्नांची सरबत्ती होणार, अशा अपेक्षेने ॲलेक्सने क्विनकडे पाहिले, पण क्विनचे प्रश्न विचारून संपले होते.

“वा! छान, आत्ता जे घडलं ते खरोखरच विलक्षण होतं, पण क्विन माझा त्यावर अजूनही विश्वास बसत नाही.”

“अजून काहीतरी बोल...” क्विनने म्हटले.

“आपण ज्या उत्तम प्रकारे विचारविनियम केला, ते पाहता मला असे वाटते की, बेकलेमध्ये एका आठवड्याभरात काम करून जी फलश्रुती झाली असती, त्याहून कितीतरी अधिक चांगला परिणाम या एका तासाच्या चर्चेद्वारे झाला आहे.”

क्विनने गुरूच्या नजरेने आपल्या शिष्याकडे पाहिले आणि जणूकाही एखाद्या शिष्याने नुकताच सिद्धांताचा व्यवहारात उपयोग करायला शिकावे, त्या भावनेने त्याने ॲलेक्सकडे पाहून स्मित केले. मग त्याने विचारले, “ॲलेक्स, आपल्या या संभाषणात माझी भूमिका काय होती हे तुझ्या लक्षात आले का?”

“तू हे विचारतोस याची मला गंमत वाटते... कारण आपण दोघे जेव्हा-जेव्हा एकत्र असतो, तेव्हा-तेव्हा तू शिक्षकाची भूमिका घेतोस हे मला जाणवतं; पण या वेळी तू तसं केलं नाहीस, कारण तू प्रश्नकर्त्याची भूमिका घेतलीस आणि माझ्याकडून उत्तरे काढून घेतलीस. म्हणजेच मीच बराच वेळ बोलत होतो.”

क्विनच्या चेहऱ्यावर स्वच्छ मोकळे हसू पसरले.

“आणि त्यासाठी तू मला उत्तरांशी संबंधित मुद्दे देऊन मदतही केलीस आणि इतकेच नव्हे; तर तसे करण्यासाठी तू माझी परवानगीही घेतलीस...”

“हं... जरा विचार कर की, जर मी तुझ्या कल्पना ऐकून घेण्याआधी माझ्या कल्पना तुझ्यासमोर मांडल्या असत्या, तर काय झाले असते?” क्विनने म्हटले.

‘मग मी एक थोर गुरू म्हणून तुझे खूप आदराने ऐकले असते आणि तुझ्या कल्पना तशाच्या तशा उचलल्या असत्या...’ दिव्याचा लख्ख प्रकाश चमकून जावा तसा विचारांचा दिवा ॲलेक्सच्या डोक्यात चमकला आणि ते जाणवून स्मित करत तो पुढे म्हणाला, “स्वतःचा स्वतः विचार करण्याचे कष्ट मी कधीच घेतले नसते. माझ्यातला जुना ॲलेक्स असता, तर त्याने थोडेसेच विचार पुढे मांडून आपली गाडी तिथेच थांबवली असती आणि सरतेशेवटी त्या विचारांचा इतका खोलवर परिणामसुद्धा झाला नसता.”

हे ऐकून क्विन मोकळेपणाने हसला आणि म्हणाला, “हा तुझा मोठेपणा आहे, ॲलेक्स!”

ॲलेक्सने नुसतीच मान हलवली आणि म्हटले, “मला वाटले की, तू आता म्हणशील, ‘ॲलेक्स तुझे काम म्हणजे, तुझ्या भोवतालच्या व्यक्तींचा वैचारिक साथीदार बनून त्यांच्यामधला मोठेपणा हेरून काढणे...’ ज्या प्रकारे तू आत्ता माझा साथीदार बनलास त्याप्रमाणेच....”

“वा! अगदी नेमक्या आणि चांगल्या शब्दांत तू आपण केलेल्या स्वाध्यायाचे

वर्णन केलेस. असाधारण ध्येयाबाबतची शिकवणी देताना या पद्धतीचा वापर करणे अत्यंत महत्त्वाचे असते. व्यवसाय किंवा विकासाबाबतच्या शिकवणीपेक्षा ही अगदी वेगळी शिकवणी आहे आणि तिचा उपयोग असाधारण ध्येयावर आधारित सामाईक ध्येयांची पूर्ती करण्यासाठी होतो आणि कंपनीत सर्वत्र आपण या स्वाध्यायाचा उपयोग करू शकतो.'' असे म्हणत क्विनने फलकावर ॲलेक्सला सुपरिचित असलेले 'चांदणी-चिन्ह' काढले.

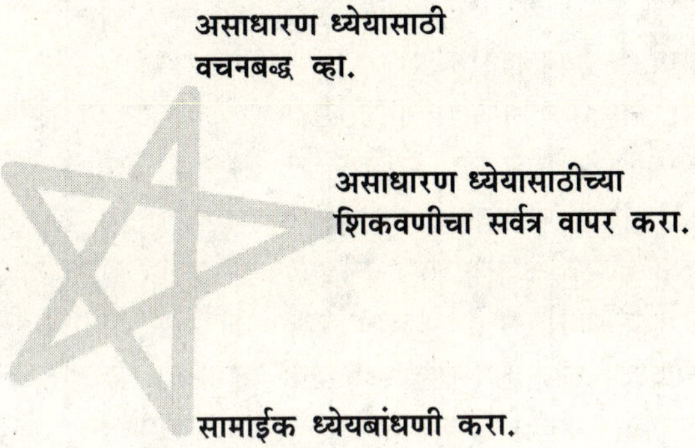


''चांदणीवर दर्शवलेली तिसरी रीत म्हणजे कंपनीतल्या सर्व पातळीवरील नेत्यांना मदत करणे, जेणेकरून ते आपापल्या टीमला महत्त्वाच्या सामाईक ध्येयांची पूर्ती करण्यास प्रशिक्षण देऊ शकतील.

''उदात्त उद्देश किंवा संकल्प, उत्तम कामगिरी असणाऱ्या कंपन्यांवर जेव्हा मी संशोधन केले तेव्हा मला असे आढळून आले की, त्या कंपनीतली नेतेमंडळी एक आगळ्या प्रकारची पण परिणामकारक रीत वापरत होते. ज्याला असाधारण ध्येयासाठीची शिकवणी असे नाव देता येईल.

''आत्ता तू इथे जे पाहिलंस, अनुभवलंस तीच रीत ही नेतेमंडळी वापरत होती. असाधारण ध्येयाकडे आगेकूच करताना त्यांनी खोलवर परिणाम घडवून आणणाऱ्या महत्त्वाच्या घडामोडींवर लक्ष केंद्रित करायचे प्रशिक्षण दिले. त्यानंतर त्यांनी आपल्या टीम्सना, त्यांच्याशी संबंधित नसलेल्या दुसऱ्या विभागातील टीममधले साथीदार निवडून यशस्वी कसे होता येईल, हेही शिकवले. दोन विभागांतील अंतर किंवा दरी मिटवून यशाकडे वाटचाल करण्याबाबतचे हे प्रशिक्षण होते, असे म्हणता येईल. या नेतेमंडळींनी प्रत्येक टीमची बलस्थाने काय आहेत, त्याची नोंद केली आणि महत्त्वाच्या घडामोडी निर्माण करण्यासाठी टीममधल्या प्रत्येक सदस्याला साद घातली. या घडामोडी वेगाने आणि अधिक चांगल्या रीतीने व्हाव्यात यासाठी नेत्यांनी

आपल्या टीमचे नातेसंबंध, ज्ञानभांडवल, अनुभव, व्यवसाय, प्रतिष्ठा किंवा इतर मालमत्ता इत्यादींच्या साठ्याची नोंद करून ठेवली. 'मालमत्ता व बलस्थानांची उभारणी' याबाबतची ही शिकवणी होती. या घडामोडी घडवून आणण्याच्या मार्गात येणारे अडथळे शोधणे, त्याबाबतचे विश्लेषण करणे व ते कायमचे दूर करणे हेही काम या नेतेमंडळींनी केले. या अडथळ्यांमध्ये असाधारण ध्येय साध्य करण्याच्या आड येणाऱ्या बऱ्याच गोष्टी; जशा की, संस्कृती, पद्धती, साधने, प्रशिक्षण, सांघिक कामगिरी, सृजनशीलता आणि नेतृत्वशैली इत्यादींचा समावेश होता. या गोष्टी चुकीच्या प्रकारे होत असल्याने त्यांच्यातील त्रुटी आणि दोष कायमचे दूर करण्यासाठीची ही शिकवणी होती.

"शेवटी, त्या नेत्यांनी आपल्या टीम्सना कृती केल्यानंतर परिणामकारकरीत्या तिची फेरतपासणी कशी करावी, हे शिकवले. घडामोडी निर्माण करताना कोणत्या गोष्टी यशस्वी होतात किंवा कोणत्या गोष्टी अयशस्वी होतात यावरून बोध घेऊन, त्यांनी यशस्वी गोष्टी कोणत्या हेही उघडपणे दाखवले. त्यांनी आपल्या टीम्सना अनुभवातून शिकण्याची संधी उपलब्ध केली आणि या अनुभवातून ते जे काही शिकले, त्यावरून टीम सदस्यांनी आपल्या कामाच्या पद्धतीत कशा सुधारणा कराव्यात या बाबतीतही त्यांनी प्रशिक्षण दिले. जुन्या पारंपरिक व लागू न पडणाऱ्या सिद्धांतांना त्यांनी आव्हान दिले व जरुरीनुसार कालानुरूप नवीन गृहीतकांचा स्वीकार केला. या सर्वांतून त्यांनी शिकणाऱ्या टीम्सची उभारणी केली.

"असाधारण ध्येयाबाबतची शिकवणी म्हणजे सामाईक ध्येय साध्य करण्यासाठीची गुरुकिल्ली, असे म्हणायला हरकत नाही. मी आधी म्हटल्याप्रमाणे असाधारण ध्येयाबाबतचे प्रशिक्षण ही वेगळ्या प्रकारची शिकवणी असते." एवढे बोलून क्विनने आपले भाषण आटोपते घेतले. मग घड्याळाकडे बघत त्याने ॲलेक्सला म्हटले, "तुला थोडा वेळ केविनच्या ऑफिसमध्ये यायला जमेल?"

केविन त्या दोघांची वाटच पाहत होता. त्याच्या टेबलावर एक अगदी जुनी फुटबॉलच्या बुटांची जोडी आणि त्यांच्याशेजारी धातूने बनलेल्या एका झुबक्याव्यक्तिरिक्त काही नव्हते. त्या झुबक्याकडे पाहून ॲलेक्सने म्हटले, "फुटबॉल खेळताना घसरू नये म्हणून बुटांच्या तळाला लावायचे हे क्लिट्स आहेत वाटतं."

क्विनने ॲलेक्सला विचारले, "तुला 'पॅराक्लिट' या ग्रीक शब्दाचा अर्थ माहीत आहे का?"

"क्विन, हे अति होतयं," केविन खिदळत म्हणाला. पण मनातल्या मनात त्याने मित्रामित्रांच्या फालतू विनोद करण्याच्या स्पर्धेत क्विनला विजयी ठरवून टाकले होते.

"हो... हा फालतू विनोद होता, हे मी मान्य करतो," क्विन म्हणाला. "पण

मी तुला या शब्दाचा अर्थ सांगतो. ग्रीक भाषेत या शब्दाचा अर्थ मदतनीस किंवा साहाय्यक असा होतो. म्हणजे एखादे ध्येय साध्य करण्यासाठी दुसऱ्या व्यक्तीला मदत करणारा मदतनीस किंवा साहाय्यक म्हणजे 'पॅराक्लिट'. हा मदतनीस आणि मार्गदर्शक किंवा साधन म्हणूनही काम करतो आणि व्यावसायिक भाषेमध्ये त्याचा अर्थ तू म्हणाल्याप्रमाणे वैचारिक साथीदार असा होतो.''

मग आपल्या खिशातले एक कार्ड काढत क्विनने म्हटले, ''हे मी तुला वाचून दाखवू शकतो का, ॲलेक्स?''

''अर्थातच हो... उलट तू ते दाखवले नसतेस, तर माझा अपेक्षाभंग झाला असता.'' ॲलेक्सने अधीरेपणाने म्हटले.

**आचरण पद्धत तिसरी : असाधारण ध्येयाबाबतची शिकवण सर्वदूर पसरवा.**

तत्त्वे :

- महत्त्वाचे शोधकार्य किंवा विकासाबाबत महत्त्वाचा बदल करण्याचे ध्येय ठेवा.
- दोन विभागांमध्ये असलेली दरी मिटवा व अडथळ्यांना मोडून पुढे जा.
- आपली बलस्थाने, मालमत्ता आणि यशस्वी गोष्टींचा आधार घ्या.
- शिकणाऱ्या टीम्स तयार करा आणि त्यांचे वैचारिक साथीदार व्हा.

इतक्यात ॲलेक्सने त्या क्लिट्सकडे पाहत विचारण्याचे धाडस केले अन् म्हटले, ''ते थोड्यावेळ माझ्याकडे ठेवले तर चालतील का?''

''ॲलेक्स, ते जरूर तुझ्याजवळ ठेव. मी कॉलेजमध्ये असताना व्यावसायिक फुटबॉलपटू होण्याआधी ते वापरत होतो. या क्लिट्सचा वापर तू विशेष महत्त्वाच्या ध्येयाच्या शिकवणीची आठवण करून देण्यासाठी कर... बदल घडवून आणण्यासाठी मनुष्यबळ खेचून आणणे किती कठीण असते, याचीही आठवण तुला या क्लिट्सच्या निमित्ताने राहील.''

# अधिक बळकटपणे हातमिळवणी करा

काम संपल्यानंतर क्विन ॲलेक्सला, तिथल्या स्थानिक व त्याच्या आवडत्या 'कसाबा' या छानशा रेस्टॉरंटमध्ये घेऊन गेला. तिथून परत आल्यानंतर ते दोघेही ॲलेक्सच्या घराबाजूला असलेल्या 'फ्रिक पार्क' या छोट्याशा उद्यानात पाय मोकळे करण्यासाठी शिरले. क्विन रमतगमत चालत होता, तर ॲलेक्स त्याच्या बाजूने थोडासा लंगडत हळूहळू चालत होता.

चालताचालता ॲलेक्सने नेटविषयी बोलणे सुरू केले. तो म्हणाला, "मला नेटला हाताळण्याची कठीण कामगिरी करावी लागणार आहे. सुरुवातीपासून मला माहीत होते की, हा माणूस काहीतरी विघ्न आणणार आहे... आता मी त्याला कशाप्रकारे हाताळू?"

ते दोघेही बराचवेळ नेटने निर्माण केलेल्या परिस्थितीबद्दल बोलत राहिले.

थोड्यावेळाने क्विनने आपल्या संभाषणाचा ओघ दुसऱ्या दिशेला वळवत म्हटले, "ॲलेक्स, असाधारण ध्येयपूर्तीच्या कार्यात नेट तुला अडथळे आणू शकतो किंवा ध्येयपूर्ती प्रवासाच्या वाटेत प्रश्न निर्माण करणारी ती एकमेव व्यक्ती आहे, हे मी तुला सांगू शकलो असतो, तर किती बरे झाले असते! तुझ्या कंपनीत अशा काही शक्ती आहेत, ज्या तू मेहनतीने एकत्र आणलेल्या कर्मचाऱ्यांच्या शक्तीचे खच्चीकरण करण्याच्या प्रयत्नात असतात. प्रत्येक कंपनीला असाधारण ध्येयांची पूर्ती करतेवेळी अशा विरोध करणाऱ्या शक्तींची देणगी देणारी संस्कृती किंवा सभ्यता लाभलेली असते असे म्हटले, तरी ते वावगे ठरणार नाही. असाधारण ध्येयांची पूर्ती करण्यासाठी कर्मचाऱ्यांनी हातमिळवणी करून त्यांचा सतत पाठिंबा मिळत असणे आवश्यक असते. म्हणूनच अशा विरोधी शक्तींना वेळीच हुडकून त्या निष्प्रभ होतील हे पाहणे अत्यंत जरुरी आहे."

मग त्याने मागच्या बाजूच्या खिशातून एक कार्ड काढले आणि ते ॲलेक्सला दिले. ते उघडून पाहिल्यानंतर ॲलेक्सला त्यावर चांदणीवरच्या चौथ्या आचरण पद्धतीची माहिती दिसली. त्यावर लिहिले होते – अधिक बळकटपणे हातमिळवणी करा.

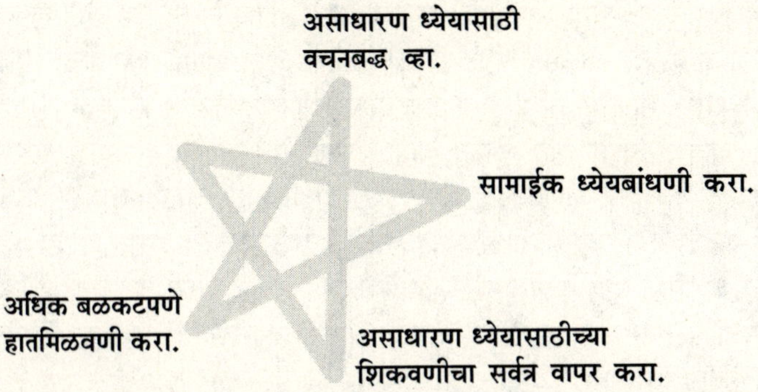


"अधिक बळकटपणे हातमिळवणी करा म्हणजे काय?" ॲलेक्सने विचारले.

तेव्हा क्विन म्हणाला, "आता थोडा वेळ तुझ्या पायांना विश्रांती दे. आपण त्या बाकावर जाऊन बसू अन् बोलू." मग तो पुढे बोलू लागला – "ॲलेक्स, काही खंडीभर शक्ती अशा असतात की, ज्या हातमिळवणी करून एकत्र आलेल्या व्यक्तींमध्ये फूट पाडून त्यांना वेगळे करू शकतात. तुला अशा शक्तींना हुडकून काढावे लागेल आणि त्यांच्याशी मुकाबला करावा लागेल, तरच असाधारण ध्येयपूर्तीसाठी केलेली हातमिळवणी अधिक दृढ होईल. अशा शक्ती कोणत्या हे पाहण्यासाठी मी एक काल्पनिक भिंग निर्माण केले आहे. त्या भिंगाचा उपयोग करून मी तुला या शक्ती कोणत्या हे दाखवू शकतो." असे म्हणत क्विन पुढे बोलू लागला. "पहिले भिंग म्हणजे बक्षिसाचे भिंग! लोक त्यांना बहुमोल, मूल्यवान वाटणाऱ्या कारणांसाठीच एकत्र येऊन हातमिळवणी करतात. बरेच लोक असाधारण ध्येयाचे मूल्य जाणून असतात, पण रोजच्या कामांमुळे मिळणारी इतर बक्षिसे व आपल्या 'हृदयाची हाक' यांच्यामध्ये त्यांची नेहमीच ओढाताण होत राहते."

"म्हणजे काय? जरा नीट स्पष्ट करशील?"

"ही बक्षिसे सध्या तरी असाधारण ध्येयपूर्तीसाठी कर्मचाऱ्यांच्या वर्तणुकीसाठी दिली जातात; ज्याचा संबंध असाधारण ध्येयपूर्तीसाठी नसतो. उदा. एखादी गोष्ट संपादन केली किंवा एखादा पराक्रम केला, तर बक्षीस दिले जात नाही, तर एखाद्या कामात भाग घेतल्याबद्दल बक्षीस दिले जाते. सुरक्षितरीत्या काम केल्यास बक्षीस मिळते, पण धोका पत्करून नावीन्यपूर्ण कल्पना पुढे आणल्यास बक्षीस मिळत नाही. स्पर्धेसाठी बक्षीस आहे, पण सहयोगासाठी नाही. श्रेय मिळवण्यासाठी बक्षीस आहे, पण श्रेय देण्यासाठी नाही. सोपी उद्दिष्टे पूर्ण केल्यावर बक्षीस दिले जाते, पण स्वत:च्या क्षमतांना ताण देऊन काही महत्त्वाचे बदल केल्यास मात्र बक्षीस मिळत नाही... अशा इतर अनेक गोष्टी आहेत."

ॲलेक्सने सर्व समजल्याप्रमाणे मान हलवली आणि क्विन पुढे बोलू लागला.

"आता मी दुसऱ्या भिंगाबद्दल सांगतो. हे दुसरे भिंग म्हणजे 'कंपनीची संस्कृती किंवा सभ्यता!' तुला या भिंगातून पाहायलासुद्धा शिकावे लागेल. संस्कृती हवेप्रमाणे असते. आपण तिला पाहू शकत नाही, पण तिचे अस्तित्व आणि परिणाम आपल्याला नक्कीच जाणवतात. जेव्हा एखाद्या विशाल कामगिरीऐवजी एखादी चांगली कामगिरी करण्यासाठी लोकांची हातमिळवणी झालेली असते, तेव्हा कंपनी ती भव्य कामगिरी पूर्ण करण्यासाठी हातमिळवणी करून एकत्र आलेल्या लोकांना नक्कीच फोडून वेगळे करू शकते. कारण त्या चांगल्या गोष्टी, भव्य कामगिरीच्या विरोधात जात असतात.

"बेकलेच्या कारकिर्दीत, भव्य कामगिरीपेक्षा चांगले कार्य करून आपले नाव कसे राखले जाईल, याला प्राधान्य दिले जात होते आणि जी मूल्ये जपली जात होती, त्यातील काहींची उदाहरणे मी तुला देतो," असे म्हणत क्विन पुढे बोलू लागला व ॲलेक्सने त्यातील मुद्दे कागदावर उतरवून घेतले.

- प्रत्येक संधीचा चांगला उपयोग करून घेणाऱ्या व्यक्तींपेक्षा समस्या सोडवणाऱ्या व्यक्ती अधिक महत्त्वाच्या ठरवल्या जातात.
- 'भविष्यासाठी गुंतवणूक' करण्याऐवजी 'नफा मिळत असल्याचे दाखवण्याला' अधिक महत्त्व दिले जाते.
- नेत्यांवर सर्व गोष्टींची जबाबदारी असते या तत्त्वामुळे नेतृत्व हे सांघिक खेळासारखे असते, या तत्त्वामध्ये अडसर आणला जातो.
- आपण आपल्या कामांसाठी आपल्या जवळच्या लोकांची सर्वोत्तम गुणवत्ता वापरता येणारी पद्धती विकसित केली पाहिजे, या तत्त्वाऐवजी 'आपण आपल्या कामांसाठी उत्तम गुणवत्ता असलेले लोक निवडले पाहिजेत', या तत्त्वाचा वापर केला जातो.

"अशा आणखी काही गोष्टींबद्दल बोलू का?" क्विनने विचारले.

"हं... अशा अजून एक-दोन गोष्टी ऐकायला मला नक्की आवडेल आणि त्या खरोखरच चांगल्या गोष्टी आहेत. मला कळते आहे की, अल्प कालावधीसाठी फायदेशीर ठरणाऱ्या गोष्टी दीर्घकालीन उत्तम कामगिरीच्या आड येऊ शकतात." ॲलेक्सने कबुलीच्या स्वरात म्हटले.

"आता बेकलेमध्ये नेहमी दिसणारे आणखी एक सांस्कृतिक धोरण म्हणजे, 'हा नवीन मार्ग जोखून पाहू' या ऐवजी 'आम्ही आत्तापर्यंत याच पद्धतीने कामे करत आहोत' या दृष्टिकोनाचा वापर."

"ऊफ! मी स्वतःच तसे म्हणत असे. पण भूतकाळात आपण याच तत्त्वाने कामे करायला सांगून यशाचे इमले उभे केले होते आणि ती चांगली गोष्ट आहे, होय ना?" ॲलेक्सने म्हटले.

"चांगली गोष्ट आहे असे कधी म्हणता येईल? आपण केलेल्या कृतींची फेरतपासणी करून त्यामध्ये वैधता आणली जाईल तेव्हाच. एखादी प्रक्रिया व तिचे परिणाम हे तुझ्या मूल्यांशी सुसंगत असतील व असाधारण ध्येय पूर्ण करण्यासाठी उपयोगी ठरत असतील, तर नक्की तू त्याच मार्गाने पुढे जावेस."

"आता मला या दोन्ही भिंगांबद्दल समजले, पण तुझ्याकडे तिसरे एखादे भिंग आहे का?"

क्विन म्हणाला, "हो आहे ना, त्याला 'टर्फ' असे नाव आहे. 'टर्फ' म्हणजे एखाद्याला एखादी जागा बळजबरीने सोडायला लावणे, म्हणजेच हाकलून देणे. व्यवसायाच्या भाषेत सांगायचे झाले, तर जेव्हा तुमच्या कानांवर 'माझा विभाग, माझी टीम, माझे अंदाजपत्रक' असे शब्द सतत आदळत राहतात आणि जेव्हा तुम्ही हार-जीतची स्थिती मुकाट्याने सहन करता, तेव्हा 'टर्फ' स्थिती उद्भवली आहे असे म्हणता येते." क्विनने हसत समोर पाहिले. मग तो म्हणाला, "हे म्हणजे एखाद्या व्यक्तीला 'तुझी अर्धी बोट बुडते आहे आणि त्याचा मला आनंद होतो आहे' असे सांगण्याइतकेच अगदी मूर्खासारखे बोलणे आहे; पण ॲलेक्स, तुझ्या कंपनीत बऱ्यापैकी 'टर्फ' जमा झालेले आहे आणि 'टर्फ' काढून टाकणे म्हणजे नीट वाढणाऱ्या हिरवळीतले बेढब, अस्ताव्यस्त वाढलेले गवत काढून टाकण्यासारखीच कामगिरी होय."

"एखाद्या व्यक्तीला कसे प्रोत्साहित करायचे असते, हे तुला चांगले ठाऊक आहे, हो ना क्विन?" ॲलेक्स आपल्या कुबड्यांच्या साहाय्याने उभा राहत म्हणाला.

"होय, मला नक्कीच तुला प्रोत्साहन द्यायचे आहे... हातमिळवणी करण्यास विरोध करणाऱ्या व्यक्तींशी झगडण्यासाठी लागणारे धैर्य गोळा करण्यासाठी मी तुला मदत करेन."

"ठीक आहे सर, आपण कुठून सुरुवात करू या?"

"आत्तापर्यंत आपण पाहिलेल्या कुठल्या भागांमध्ये हातमिळवणीकरता तुला सर्वांत जास्त प्रमाणात आडकाठी होताना दिसली त्या भागांमधून..." क्विनने उत्तर दिले.

"मला असे वाटते की, 'टर्फ'चा मुद्दा अतिशय गंभीर आहे. आपण त्यापासूनच सुरुवात करू." असे म्हणत ॲलेक्स उभा राहू लागला; पण अचानक तोल गेल्यामुळे तो पडणारच होता. त्याने कसेतरी स्वतःला सावरले.

क्विनने म्हटले, "जेव्हा तू संपूर्ण कंपनीतल्या लोकांना सामाईक ध्येयांची

निर्मिती करायला सांगितलीस, तेव्हापासूनच तू 'टर्फ'च्या समस्येला हात घालायला सुरुवात केली आहेस आणि आता बदलाची प्रक्रिया सुरू होऊ लागली आहे. हा बदल वेगाने व्हावा असे तुला वाटत असेल, तर तुला एखाद्या महत्त्वाच्या विभागातल्या 'टर्फरूपी दैत्या'ला फसवून तू तुझ्या जाळ्यात ओढलं पाहिजेस. त्यासाठी आपल्या असाधारण ध्येयाबाबतच्या शिकवणीच्या वेळी सर्व बाजूंनी चर्चेत असलेला एखादा प्रकल्प निवड आणि तुझ्या लोकांना हे 'टर्फयुद्ध' जिंकायला मदत कर.''

''प्रश्नच नाही,'' ॲलेक्स अधीरेपणाने म्हणाला. ''या साठी मी 'नवीन उत्पादन विकसित करणे' हा प्रकल्प निवडेन. ही किती महत्त्वाची कामगिरी आहे आणि त्यामध्ये आपली प्रगती कशी कमी पडते आहे, याबाबत आम्ही चर्चा केली होती. नवीन उत्पादन विकसित करण्यामध्ये बाजारपेठेबाबतचे संशोधन, अभियांत्रिकी काम, उत्पादन क्रिया, विक्री, मार्केटिंग म्हणजे विपणन व ग्राहकांची प्रतिक्रिया जाणून घेणे इ. गोष्टींचा समावेश होतो. हे सर्व मिळून कामांचे पूर्ण चक्र बनते.

''मी बेकलेमध्ये रुजू झाल्यापासून पाहतो आहे की, नवीन उत्पादन विकसित करण्याच्या पक्रियेत सामावलेले विभाग एकमेकांवर दोषारोपण करत राहतात, त्यामुळे बरेचदा वादविवाद होऊन प्रकरण हमरीतुमरीपर्यंत येऊन पोहोचते. चुकांसाठी प्रत्येकजण दुसऱ्याला दोषी ठरवत असल्यामुळे नेहमीच शीतयुद्ध होऊन वातावरणात कडवटपणा भरलेला दिसतो.''

''हा नक्कीच 'टर्फचा दैत्य' आहे... आता त्या दैत्याचा वध करून या विभागाची हातमिळवणी कशी करशील?'' क्विनने आव्हान देत विचारले.

ॲलेक्स चालता-चालता थांबला आणि आपल्या कुबड्यांच्या आधाराने उभा राहत त्याने म्हटले, ''हा प्रश्न तू 'मला' विचारतो आहेस?? त्याचे उत्तर हे आहे की, मी सर्व विभागांना त्यांच्या कामासाठीच्या पूर्णपणे नवीन अशा सीमारेषा आखून देईन आणि त्या जागी विविध कार्ये जसे की, संशोधन व विकास, अभियांत्रिकी काम, उत्पादन क्रिया, विक्री व मार्केटिंग म्हणजे विपणन इ. सर्व गोष्टींना सामावून घेणारी एक नवीन टीम उभी करेन. जर मला आणखी मोठे स्वप्न बघायचे झाले, तर मी त्या सर्वांना त्यांच्या भौतिक स्थानावर ठेवेन व एखाद्या नवीन महत्त्वाच्या प्रकल्पामध्ये त्यांना गुंतवून ठेवेन आणि तो प्रकल्प त्यांच्याकडून पूर्ण करून घेईन.''

''असेच कर,'' क्विनने म्हटले. ''पण तुझ्या मनात असे एखादे उत्पादन आहे का?''

आपल्या पायाच्या प्लास्टरकडे पाहत ॲलेक्सने म्हटले, ''खरे तर हो... आणि ते उत्पादन म्हणजे माझ्या शरीरात असलेली धातूची पट्टी... क्विन, मला माझे हाड पुन्हा पूर्ववत होऊ द्यायचे आहे. भविष्यात आपल्याकडे होणाऱ्या उत्पादनांच्या यादीत त्या उत्पादनाचे नाव आहे. हाडांचा कर्करोग झालेल्या सजीवांमध्ये हाडे पुनरुज्जीवित

करण्यासाठी या उत्पादनाचा वापर केला जाईल.''

''तुझ्या मनात जे असेल ते करण्यासाठी पुढे जा...'' क्विनने आश्वासक स्वरात म्हटले.

काम संपल्यानंतर ते दोघे ॲलेक्सच्या घरी गेले आणि ॲलेक्सच्या घरासमोरच्या मोकळ्या प्रशस्त आवारातल्या झुलत्या आराम खुर्च्यांवर बसले आणि दोघे मिळून भविष्यासाठी काही योजना तयार करू लागले. संधीप्रकाश पडला होता अन् हळूहळू काळोखाचे साम्राज्य पसरायला सुरुवात झाली होती... ॲलेक्सच्या शेजाऱ्या-पाजाऱ्यांना ही दोन माणसे गुजगोष्टी करताना दिसली. पण त्या केवळ गुजगोष्टी नव्हत्या, तर ते होते भविष्याबाबतचे नियोजन आणि ते कोणत्या गोष्टींसाठी होते, हे फक्त त्या दोघांनाच माहीत होते.

☆

दुसऱ्या दिवशी ॲलेक्स व मनुष्यसाधन विभागाचे उपाध्यक्ष मॅट जोशेम, असे दोघे मिळून नेटशी चर्चा करण्यासाठी ॲलेक्सच्या कार्यालयात बसले. खुर्चीत बसल्यावर लगेचच ॲलेक्सने मुद्द्याला हात घातला आणि म्हटले, ''नेट, आपण दोघे मित्र आहोत आणि तू माझ्यासाठी आणि बेकलेसाठी जे काही केले आहेस त्याबद्दल मला तुझे कौतुक तर वाटतेच, शिवाय तुझ्याबद्दल आदरसुद्धा वाटतो. पण तू हे स्पष्टपणे सांगितले आहेस की, आजकाल कंपनीमध्ये जे घडते आहे त्याच्याशी तू सहमत नाहीस.''

नेटने नकारार्थी मान हलवली व म्हणाला, ''हे पूर्णपणे खरे नाही.''

''मला असे वाटते की, तू काही दिवस रजा घ्यावीस व ही कंपनी जे करण्यासाठी पुढे चालली आहे त्यामधून तुला नक्की काय हवे आहे, याचा शोध घ्यावास आणि तुला त्या कामात सहभागी व्हायचे की नाही, हेही तू ठरवावेस...''

नेटने भुवया ताणल्या. ताठरपणे तो म्हणाला, ''तू अगदी माझ्या जिवावर बेतल्यासारखा बोलतो आहेस, ॲलेक्स.''

''तसे अजिबात नाही... पण आता तुला कुठलातरी एक पर्याय निवडण्याची वेळ येऊन ठेपली आहे.'' ॲलेक्सने कडक शब्दांत सुनावले.

''ठीक आहे. तसं असेल, तर मी पुढच्या सोमवारी तुम्हाला भेटेन... आणि हा आठवडा तुम्हा दोघांना चांगला जावा यासाठी शुभेच्छा!!!''

त्या दिवशी दुपारी ॲलेक्सने वरिष्ठ टीमला सभागृहात चर्चेसाठी बोलवले. डॅन मायर्सला सभेबाबत कळले व तो चर्चेसाठी आपणहून हजर राहिला. ॲलेक्सच्या मनात आले, डॅन मायर्स इथे उपस्थित राहणे ही एक साधारण बाब नव्हे. तो आपली

आणखी एखादी परीक्षा घेण्यासाठी तर इथे हजर राहिला नाही ना?... मनातल्या त्या नकारार्थी विचारांना दूर ढकलत ॲलेक्सने आपल्या सहकार्यांशी संवाद साधला.

"आता आपण चर्चेला सुरुवात करू या. नेट त्याच्या खासगी कामांसाठी आठवडा भर रजेवर गेला आहे." ॲलेक्सने असे म्हणताच प्रत्येकाच्या चेहऱ्यावर प्रश्नचिन्हे उमटली; परंतु कोणालाही नेट नसल्याचे आश्चर्य वाटले नाही. मग ॲलेक्सने कामांबद्दल बोलणे सुरू केले आणि तो म्हणाला, "मला माहीत आहे की, आपल्या कंपनीत आपण सर्व एकत्र येऊन हातमिळवणी करण्याची जी प्रक्रिया सुरू आहे, त्याबद्दल सर्व जण उल्हसित झाले आहेत. पण मला असे वाटते की, आपल्या कंपनीतल्या काही शक्ती या कार्याच्या विरोधात जात आहेत. त्या शक्ती म्हणजे कंपनीची संस्कृती, बक्षीसपद्धत व टर्फ! या शक्ती आपले हातमिळवणी करण्याचे प्रयत्न धुळीला मिळवू शकतात. आता आपण त्या शक्तींबद्दल प्रामाणिक मते मांडू."

मग टेबलाभोवती बसलेल्या बऱ्याच जणांनी होकारार्थी माना हलवल्या, म्हणून मग ॲलेक्सने पुढे बोलायला सुरुवात केली. त्याने म्हटले, "एकीकरणाला विरोध करणाऱ्या काही घटकांना ओळखून त्या घटकांमध्ये आपल्याला हवे ते बदल करण्यासाठी आपण एखादी कृतियोजना तयार का करू नये?"

मग टीमसदस्यांनी उलटसुलट विचार करून शेवटी एक यादी तयार केली.

**एकीकरणासाठी आवश्यक हातमिळवणीला विरोध करणारे व दृढ करणारे घटक :**

| **विरोध करणारे घटक :** | **दृढ करण्यासाठीचे घटक :** |
|---|---|
| आपली ध्येयपद्धती वैयक्तिक कामगिरीवर लक्ष केंद्रित करते. | आपले एकीकरण करणाऱ्या सामाईक ध्येयांना महत्त्व द्या. |
| आपली अंदाजपत्रक निर्मितीची प्रक्रिया एकेका विभागाच्या कामगिरीला विशेष महत्त्व देते. | एकमेकांशी संबंध नसलेल्या दोन विभागांच्या संयुक्त कामगिरीसाठी निधीचे वाटप करा आणि येणाऱ्या संधींच्या उपयोगांसाठी अंदाजपत्रकात सहामाही बदल करण्याची तरतूद करा. |
| विक्रीसाठी बनवलेले विभाग एकमेकांशी स्पर्धा करतात. | विक्रीविभागातील व्यक्तींसाठी एकूण देण्यात येणारी बक्षिसे त्यांच्या एकंदर कामगिरीवर आधारित ठेवा. |

| | |
|---|---|
| आपण पाळीव प्राण्यांसाठी असणाऱ्या 'उत्पादन विकासाचे प्रकल्प' खूप हाती घेतले आहेत. | नवीन उत्पादन तयार करण्याआधी उत्पादनासंबंधी मार्गदर्शन करणाऱ्या कृतियोजनांचा वापर करा आणि जी उत्पादने आपल्या कृतियोजनांनुसार नाहीत, त्यांचे उत्पादन करण्यास नकार द्या. |
| काही चुकीच्या गोष्टी घडल्यावर आपण एकमेकांकडे बोट दाखवणे आणि दोषाचे खापर दुसऱ्यांवर फोडणे सहन करतो. | सामाईक ध्येयांवर आधारित कामगिरी करण्यास व ती वाढवण्यास प्रोत्साहन द्या, ज्यामुळे सहयोगाची भावना वाढीला लागेल. |
| वैयक्तिकरीत्या यश संपादन केलेल्या व्यक्तींना आपले नेते म्हणून स्वीकारणे हे आपले धोरण आहे. | सामाईक यशनिर्मितींसाठी प्रकल्प हाती घेणारे नेतृत्व जोपासा. |

त्यानंतर एकमताने मंजूर झालेली शेवटची गोष्ट म्हणजे 'आपण सर्वजण मिळून एकीकरणासाठी आवश्यक हातमिळवणीला विरोध करणारे घटक शोधत राहू या व ते दिसल्यानंतर त्यांना समूळ उपटून काढूया.'

त्याक्षणी क्विन खाली मान घालून कागदावर कशाचे तरी रेखाटन करत होता. त्याचे अर्धे लक्ष संभाषण ऐकण्यात, तर अर्धे लक्ष रेखाटन करण्यावर होते. ॲलेक्सने हळूच डोकावून त्या कागदाकडे पाहिले. क्विनने तो कागद पलटवून दाखवला. त्या कागदावर चांदणीवरची चौथी आचरण पद्धत दर्शवणारी आकृती काढली होती व मागच्या बाजूला चौथी आचरणपद्धती लिहिली होती.

**चौथी आचरण पद्धत : हातमिळवणी दृढ करण्यासाठीचे घटक**

तत्त्वे :

- आपल्याला जे खरोखरच अतिशय अनमोल आहे असे वाटते, त्यासाठी संपूर्णपणे समर्पित वृत्तीने काम करा.
- अदृश्य स्वरूपातले बळ एकीकरणाला विरोध करण्याचा प्रयत्न करत असते. अशा शक्ती हुडकून काढून त्यांना निष्प्रभ करा.

ते पाहून ॲलेक्स गालातल्या गालांत हसला आणि त्याने नवीन उत्पादन विकासासाठी निर्माण केल्या जाणाऱ्या 'साहस टीम'बद्दलची कल्पना मांडायला सुरुवात केली. मिकाला व्हेल्स यांच्या देखरेखीखाली ही टीम उभारण्यात यावी असे ॲलेक्सने सुचवले. मग मिकाला हिने भराभर उत्पादन, अभियांत्रिकी विभाग, संशोधन व विकास, विक्री व मार्केटिंग म्हणजे विपणन, मानव साधन विभाग व अर्थविभागातले सदस्य निवडून एक टीम बनवली. ही टीम एकमेकांशी दूरन्वयाने संबंध येणाऱ्या विभागांतल्या व्यक्ती एकत्र करून बनवलेली होती. निर्धाराने काम करून पुढे जायचे व एका आठवड्याच्या आत काम सुरू करण्याचे टीमने ठरवले होते.

☆

त्यानंतरचा सोमवार उजाडला. आधी ठरल्याप्रमाणे नेट ॲलेक्सला भेटायला आला. त्याच्या हातांत राजीनाम्याचे पत्र होते. ॲलेक्सला ते पत्र देत तो म्हणाला, "तू म्हणतो आहेस ते बरोबर आहे, ॲलेक्स. कंपनीत जे काही घडते आहे, ते मला आवडण्यासारखे नाही."

ॲलेक्सने आपली प्रतिक्रिया दाखवण्यासाठी म्हटले, "तू जे धाडस दाखवले आहेस, त्याबद्दल धन्यवाद!"

त्यावर नेट कुत्सितपणे म्हणाला, "जळणाऱ्या जहाजातून उडी मारण्यासाठी धैर्य असावे लागत नाही, ॲलेक्स... एनी वे... तुला माझ्या शुभेच्छा!!"

☆

मिकाला आणि तिची नवीन उत्पादन विकासासाठीची 'साहस टीम' बेकले मेडिकलच्या परिसरातल्या सहसा वापरल्या न जाणाऱ्या एका जागी जमा झाली. एका साहसी मोहिमेच्या सुरुवातीचे प्रतीक म्हणून त्यांनी गिर्यारोहक आपली चढाई मोहीम यशस्वी झाल्यानंतर जमिनीवर रोवतात, तसा एक रंगीबेरंगी झेंडा जमिनीवर उभा केला. आठवड्याच्या शेवटी मिकालाने ॲलेक्सला एक ई-मेल पाठवली.

ई-मेल वर लिहिलेल्या विषयाचे नाव होते : असाधारण ध्येयप्राप्तीसाठी १०× व मग १००×

त्या वाक्याचा अर्थ ॲलेक्सला समजला नाही. त्याने मिकालाला उलट मेल पाठवून म्हटले की, "प्रत्यक्ष येऊन या वाक्याचा अर्थ सांगू शकतेस का?"

काही मिनिटांतच मिकाला तेथे हजर झाली आणि तिने म्हटले, "आमची टीम आधीच्या टीम्सपेक्षा दसपट अधिक वेगाने काम करते आहे. त्यामुळे प्रकल्पासाठीचे टप्पे आम्ही अधिक वेगाने पार पाडू शकू अशी आशा आहे आणि आम्हाला आधीच्या टीम्सपेक्षा ग्राहकांवर शंभर पट जास्त परिणाम घडवून आणायला हवा आहे. या अर्थाने आमचे ध्येय १०× व मग १००× असे आहे."

"वा! छान!!" ॲलेक्सने म्हटले.

मग मिस्कीलपणे हसत आणि क्विनची नक्कल करत मिकालाने ॲलेक्सच्या खोलीतल्या पांढऱ्या फळ्यावर क्विनप्रमाणेच एक चित्र रेखाटले आणि म्हटले, "हे आम्ही आहोत."

"मला माहिती देत राहा... शिवाय अडथळे मोडून काढण्यात आणि भागधारकांबरोबर चांगल्या प्रकारे संबंध जोडण्यासाठी माझी काही मदत होत असल्यास ती द्यायला मी तयार आहे. मी माझ्या असाधारण ध्येयाच्या शिकवणीबाबतच्या कौशल्यावर काम करतो आहे आणि माझी मदतनीस म्हणून असलेली भूमिका तपासून पाहतो आहे." ॲलेक्सने म्हटले.

त्यानंतर क्विन ॲलेक्सला भेटायला त्याच्या ऑफिसमध्ये आला. त्याने मिकालाने फळ्यावर काढलेले चित्र पाहिले आणि म्हटले, "वा! छान माझी रेखाचित्रे लोकांच्या मनाची पकड घेत आहेत असे दिसते. असाधारण ध्येयाबद्दल आणखी काही शिकायला तू तयार आहेस का?" त्याने विचारले.

"हो नक्कीच!" ॲलेक्स अधीरतेने म्हणाला. इतक्यात केविन जॉर्डनने ॲलेक्सच्या

खोलीत डोकावून पाहिले. क्विन समोर दिसताच तो म्हणाला, "तुमच्यामध्ये व्यत्यय आणल्याबद्दल सॉरी..." आणि असे म्हणून तो तिथून जाऊ लागला.

ॲलेक्सने त्याला थांबवून घेतले आणि म्हटले, "थांब ना. आम्ही फक्त आतापर्यंत घडत आलेल्या गोष्टींचे चिंतन करत होतो... हा 'शिकवणीतलाच' एक भाग आहे," असे म्हणत हसत-हसत त्याने 'शिकवणी' या शब्दापुढे आपल्या बोटांनी अवतरण चिन्हांची खूण केली.

"मला थांबायला नक्कीच आवडेल... कारण हे म्हणजे एखाद्या खेळावरच्या चित्रपटाचे परीक्षण करण्यासारखे असेल," फुटबॉलपटू केविनने नेहमीप्रमाणे खेळाची उपमा देत विचारले.

"होय, बरोबर बोललास!" क्विन म्हणाला.

मग ॲलेक्स परत जरा गंभीर झाला आणि म्हणाला, "हे परीक्षण सुरू करायच्या आधी मला तुम्हा दोघांना धन्यवाद द्यायचे आहेत. तुम्ही दोघे संगनमत करून काहीतरी खलबते करत होता... पण ती खलबते मला आणखी एक संधी देऊन मदत करण्याबद्दलची होती, हे मला कळले आहे."

"तुझे स्वागत आहे!" क्विन आणि आणि केविन एकदमच उद्‌गारले. मग केविन पुढे म्हणाला, "खरे तर तुझ्या डॅडने 'हे सारे तुझ्यासाठी' करण्यासाठी आमची निवड केली होती. तू पुढेमागे बेकलेमध्ये परत आलास, तर तुला मदत व्हावी या उद्देशाने त्यांनी हे केले होते."

"पण मी बेकलेमध्ये परत येईन हे त्यांना माहीत नव्हते."

"तू परत येशील अशी तुझ्या डॅडना आशा होती आणि क्विनने त्यांना तुला परत आणण्याचे आश्वासन दिले होते."

इतक्यात क्विनने पुन्हा असाधारण ध्येयाच्या शिकवणीकडे वळत म्हटले, "...तर मी सांगत होतो की, केविन, ॲलेक्स आणि मी मिळून एकीकरणाच्या विरोधांबाबत आपापले विचार प्रकट करत होतो अन् मी ॲलेक्सला हे विचारणार होतो की, तो स्वतः एकीकरण न होण्यासाठी कसा कारणीभूत ठरला होता?... ॲलेक्स, आता तुला कोणत्या गोष्टी स्पष्टपणे दिसून आल्या आहेत?"

मंद स्मित करत ॲलेक्स म्हणाला, "माझ्या एअरफोर्स ॲकॅडेमीच्या मित्रांच्या भाषेत बोलायचे झाले तर मी असे म्हणेन की, माझ्या अपघातापूर्वी मी म्हणजे दिशाहीन भरकटत जाणारे एक विमान होतो जणू! मी कर्मचाऱ्यांकडून फार मोठ्या अपेक्षा ठेवत होतो आणि त्यासाठी खूप दबाब आणत होतो... पण आता मी माझ्या 'आज्ञा आणि नियंत्रण' प्रकारच्या नेतृत्वाचा वापर न करता लोकांच्या क्रयशक्तीला वाव मिळण्याकरता त्यांना मोकळे सोडतो आहे आणि त्यांच्यावर माफक नियंत्रण ठेवून त्यांच्याजवळची अफाट, अमर्याद ऊर्जा भरपूर प्रमाणात वापरता यावी यासाठी

असाधारण ध्येयावर नजर ठेवून बसलो आहे.''

केविन ताडकन उठत म्हणाला, ''अरे... याच्यामुळे मला फुटबॉलच्या वार्षिक विजेता ठरवणाऱ्या सामन्याची आठवण होते आहे.''

''ए, कृपा करून तुझे खेळपुराण पुन्हा ऐकवू नकोस हं...'' क्विन आणि ॲलेक्सने हसतहसत आपली नाराजी व्यक्त केली.

''बरं बरं! या वेळी मी तुम्हाला तो किस्सा न ऐकण्याची मुभा देतो...'' असे म्हणत केविनने विषय बदलला आणि तो पुढे म्हणाला, ''तरीपण हातमिळवणी, संघभावना आणि समर्पण हे शब्द माझ्या परिचयाचे आहेत. एखाद्या संघाच्या विजेतेपद जिंकण्याच्या कामी सामाईक नेतृत्व – ज्याला आम्ही 'मदत करणारे नेतृत्व' असे म्हणतो – फार महत्त्वाचे असते. आता तूच सांग ॲलेक्स, सांघिक खेळ आणि कंपनी चालवणे यात साम्य आहे की नाही ते?''

''होय, खरे आहे. सामाईक ध्येये व सामाईक नेतृत्वामुळे, टीम्सना वेगवेगळी जबाबदारी असलेल्या विभागांना एकत्र आणता येते. मात्र एखाद्या खेळाच्या मोठ्या संघात मात्र तसे नसते. मी हे पाहिले आहे की, वैयक्तिक ध्येयांवर खूप जास्त लक्ष केंद्रित केल्यास एकंदर कामगिरीचा दर्जा खालावतो. रानटीपणाने ध्येयांची पूर्ती केली जाते.

''परंतु चांगल्या कृतियोजनांशी बांधले असलेले सामाईक ध्येय व त्यांच्या पूर्तीसाठी निर्माण केलेले उपक्रम यामुळे झालेले चांगले परिणाम कंपनीत सर्वदूर पसरलेले पाहायला मिळतात.''

त्यानंतर ते तिघे अजून एक तासभर तरी गप्पा मारत राहिले. शेवटी ॲलेक्सच्या मदतनिसाने आत येत म्हटले, ''खूप वेळ झाला... ॲलेक्स आणि तुम्हा दोघांना अजून एका मीटिंगला जायचे आहे.''

☆

त्या दिवशी रात्री ॲलेक्स झोपायची तयारी करत असताना त्याला आपल्या खोलीत काहीतरी बदल झाल्याचे आढळले. कोणीतरी त्याच्या कॉटवरची चादर बदलून दुसरी चादर अंथरली होती. पायाशी ठेवलेले पांघरूणही बदललेले दिसत होते. त्याने जवळ जाऊन पाहिले, तर त्याच्या उशाशी एक चिठ्ठी ठेवलेली दिसली. ती रॅशेलने लिहिली होती.

*डॅड, उद्या रात्री आपण स्वयंपाक करणार आहोत तयार राहा.*
*आय लव्ह यू, डॅड!*
*– रॅशेल.*

# रात्रीचे जेवण आणि पाहुणा

अखेर शनिवार उजाडला. ठरवल्याप्रमाणे ॲलेक्स व रॅशेल मिळून रात्रीचा स्वयंपाक करण्यात गुंतले होते. या वेळी त्यांनी रॅशेलची आई बनवत असे त्याप्रमाणे इटालियन पदार्थ करायला घेतले होते. लाल-पांढऱ्या रंगाचे एकसारखे एप्रन घालून ते त्यांच्या देशी पद्धतीच्या उबदार स्वयंपाकघरात काम करत होते. मध्यभागीच्या ओट्यावर स्वयंपाकासाठी लागणारे जिन्नस ठेवलेले होते. त्यामधले स्वत:ला लागणारे जिन्नस ॲलेक्सने एका विशिष्ट क्रमाने ठेवले होते. रॅशेलने मात्र तिला लागणारे जिन्नस मोठ्या कल्पकतेने मांडले होते. रॅशेलने पाककृतीचे वर्णन वाचले आणि त्यामध्ये आयत्यावेळी स्वत:च्या कल्पनेने काही बदल केले. ॲलेक्सची आई मागे उभी राहून त्या दोघांचे काम पाहत होती आणि जरूर वाटल्यास मार्गदर्शन करत होती.

गॅसशेगडीच्या बाजूच्या भिंतीवर रॅशेलने आपल्या आईचे फोटो चिकटवले होते, "मला वाटते की, मॉम पण या खेळाची साक्षीदार व्हावी..." दु:खाचा आवंढा गिळत तिने म्हटले. त्यानंतर अर्ध्या-पाऊण तासातच स्वयंपाकघराला चित्रकलेतील एखाद्या भावदर्शी चित्राचे रूप आले. स्वयंपाकघरातला ओटा आणि ते दोघेही रंगीबेरंगी जिन्नसांमध्ये माखून गेले होते. रॅशेल हसत खेळत सहजपणे काम करत होती. तर ॲलेक्स काळजीपूर्वक, नीट ठरवून काम करत होता. मात्र त्या दोघांच्या सहयोगाने काहीतरी अद्‌भुत घडत होते हे नक्कीच!

तितक्यात दरवाज्याची बेल वाजली. ॲलेक्सने मुख्य दरवाज्याच्या भोकांतून कोण आले ते पाहिले. त्याने दार उघडले, पाहतो तो काय! दारात जॉन विल्यम उभा होता. हाच तो माणूस! जो त्यांना सहकारी बाजारांतून बाहेर येताना भेटला होता आणि रॅशेलने त्याला आपल्या घरी यायचे निमंत्रण दिले होते.

आश्चर्याने आ वासून क्षणभर ॲलेक्स त्याच्याकडे पाहतच राहिला. त्याच्या अंगावर छान दिमाखदार सूट होता आणि केसही नीट भांग पाडून विंचरलेले होते. ॲलेक्सने त्याच्या भारी अरमानी सूटकडे पाहिले. हे कपडे किती किमती आहेत हे

त्याने ओळखले. एवढे चांगले कपडे घालून हा काय करतो बरे? आणि इथे कशाकरता आला आहे? असे वाटून ॲलेक्स बुचकळ्यात पडला.

तितक्यात कोण आले असावे हे पाहण्यासाठी रॅशेल बाहेर आली. तिने जॉनला लगेच ओळखले व पुन्हा एकदा पुढाकार घेत ती म्हणाली, "मि. विल्यम, तुम्ही आल्यामुळे मला खूप आनंद झाला आहे! तुम्ही पण आमच्या कामात सहभागी झालात तरी हरकत नाही."

ॲलेक्सच्या बाजूने निघून जात, जॉन रॅशेलच्या मागोमाग स्वयंपाकघरात गेला. रॅशेलने ॲनीशी – ॲलेक्सच्या आईशी – त्याची ओळख करून दिली, तेव्हा त्याने म्हटले, "मला जॉन म्हणूनच हाक मारा, प्लीज!" ॲनीने मायेने त्याच्याशी हस्तांदोलन केले आणि प्रेमाने त्याचे स्वागत केले.

मग जॉन त्या स्वयंपाकघरांतली कामे अगदी सराईतपणे करू लागला. स्वयंपाक घर ते जेवणाची खोली अशा बऱ्याच फेऱ्या मारून जॉनने जेवणाचे ते पुरातन व मोठे टेबल तयारीनिशी सज्ज केले. ते पाहून ॲलेक्सच्या मनात आले की, त्याने अशा प्रकारचे काम निश्चितच पूर्वी कधी केले असावे. एका खोलीचे छत पाहून त्याने म्हटले, "हे छत पाहून मला हिडलबर्गमध्ये पाहिलेल्या एका छताची आठवण येते आहे..." ते छत ॲलेक्सच्या वडिलांनी युरोपमधून आयात केले होते.

"जर्मनी?" ॲलेक्सने विचारले.

"हो, जर्मनीमधले हिडलबर्ग! मी तिथेच शिकलो."

तितक्यात 'आपण प्रार्थनेला सुरुवात करू या का?' असे म्हणत रॅशेलने एका हाताने जॉनचा हात आणि दुसऱ्या हाताने ॲलेक्सचा हात पकडला आणि म्हटले, "डॅड, तुम्ही प्रार्थना म्हणा ना!"

मग प्रार्थनेला सुरुवात झाली. जॉनही त्यात सामील झाला. त्याने विनम्रपणे मान खाली घालून प्रार्थना म्हटली व मग ते सर्वजण जेवणाचा आस्वाद घेऊ लागले.

स्वयंपाक खरोखरच अप्रतिम झाला होता. प्रत्येक पदार्थ चविष्ट बनला होता. रॅशेलने जे मसाले विकत घेऊ म्हणून हट्ट केला होता, ते नक्कीच अगदी स्वादिष्ट होते! जेवताना जॉनने खाली मान घालून जेवणाच्या ताटाकडे पाहत आपली कहाणी सांगायला सुरुवात केली. "मंदीच्या लाटेमध्ये मी माझी नोकरी गमावली... आणि त्या दुःखामुळे मी दारू प्यायला सुरुवात केली. शेवटी मी रस्त्यावर आलो." मग हळूच वर बघत त्याने म्हटले, "मी माझे व्यसन सुटावे म्हणून व्यसनमुक्ती कार्यक्रमांमध्ये भाग घेतो आहे... त्याचा माझ्यावर चांगला परिणाम होतो आहे. तुमच्याकडे फुटकळ पैसे मागण्याची मलाच आता लाज वाटते आहे."

"त्यात लाज वाटण्यासारखे काही नाही!" ॲलेक्सने संभाषणात सहभागी होत म्हटले. मग त्याने विचारले, "तुम्ही सध्या कुठे राहता?"

"मी सध्या मंत्रालयाचा विभाग असणाऱ्या 'निवारा' केंद्रात राहतो. शहरातले

प्रमुख व्यवसाय असलेल्या भागात ते केंद्र आहे. मला तिथे जेवण मिळते आणि लोकांनी दान केलेले कपडेही मिळतात आणि सगळ्यात महत्त्वाचे म्हणजे भरपूर प्रेमही मिळते.''

मग ॲलेक्सने म्हटले, ''तुझा व्यसनमुक्ती कार्यक्रम कसा चालतो आणि तिथे कोणत्या प्रकारचे लोक येतात? याबद्दल अजून जरा माहिती सांग ना!''

मग जॉनने त्याला सर्व काही सांगितले. आपल्याला किती भरभरून प्रेम मिळते याविषयी तो बोलत राहिला. तो म्हणाला, ''त्या समुदायाबरोबर जोडले जाणे ही खरोखरच एक विलक्षण गोष्ट आहे... केवळ माझ्यासारख्या लोकांसाठीच नव्हे, तर तिथल्या कर्मचाऱ्यांसाठी व स्वयंसेवकांसाठीसुद्धा! आमच्या सर्वांचे आयुष्य बदलत चालले आहे.''

रॅशेल कुठल्या तरी विचारांत गढून गेली होती. तिने एकदम ॲलेक्सला म्हटले, ''डॅड, तुम्ही तुमच्या असाधारण ध्येयाबद्दल बोलत होता ना!'' ते ऐकून ॲलेक्सला मनात लख्कन विचारांची वीज चमकली. काहीतरी चांगले घडण्याची सुरुवात होणार आहे, असे त्याच्या मनात आले. ''डॅड, कदाचित स्वयंपाक शिकण्याची सुरुवात आणि जॉनची भेट, हा पुढे आपल्या हातून आणखी एखादे चांगले कार्य होणार असल्याचा संकेत आहे... कदाचित पुढे कधीतरी आपण जॉनच्या निवारा केंद्रात जाऊन जेवण बनवणार असू.''

''त्या केंद्रात लहान मुली फारशा दिसत नाहीत. हा कार्यक्रम मुख्यत: बेघर व्यक्तींकरता आहे.'' जॉनने शंकेखोररीत्या म्हटले.

''होय... ते ठिकाण माझ्यासारख्या मुलीसाठी तर नक्कीच नाही. हो ना डॅड?'' असे म्हणत डॅडने दुजोरा द्यावा यासाठी तिने ॲलेक्सकडे पाहिले.

''रॅशेल, तू नक्की तिथे जाणार आहेस... आपण दोघे मिळून निवारामध्ये जाऊ,'' ॲलेक्स म्हणाला. मग जॉनकडे वळत तो म्हणाला, ''तुला माहीत नाही, तुझी गाठ 'रॅशेल'नावाच्या मुलीशी पडली आहे...''

सगळे खळखळून हसले.

मग ॲलेक्सने रॅशेलला आश्वासन देत म्हटले, ''आपण दोघे नक्की तिथे जाऊ आणि स्वयंपाकासाठी किंवा इतर गोष्टींसाठी आपली मदत देता येते का ते पाहू... कदाचित माझा स्वयंपाक त्यांना आवडणारा नसेल.''

जॉनने आपले खांदे उडवले. बापलेक एकमेकांच्या फिरक्या कशा घेत आहेत हे पाहून त्याला हसू आले. या नव्या माणसांबरोबर मैत्री करताना जॉनला बरे वाटत होते आणि त्याच्या मनात 'असाधारण ध्येया'बद्दल कुतूहल निर्माण झाले होते. 'त्याबद्दल मला अजून माहिती कोण देईल बरे?' असे त्याच्या मनात आले.

# यशावर आधारित कामगिरी करा

उदात्त हेतू, उत्कृष्ट कामगिरीबाबतच्या पाचव्या आचरण पद्धतीबद्दल माहिती देण्याचे वचन देत क्विनने त्याच्या १९६८ सालच्या अन् नुकत्याच दुरुस्ती केलेल्या काळ्या रंगाच्या शॅवी कॉरवेट गाडीतून ॲलेक्सला फिरवून आणले. ईस्ट एंडमधून पुढे जात त्याने पिट्सबर्ग व क्लेव्हलँड या राज्यांना जोडणाऱ्या मोटारींसाठीच्या मधल्या, रुंद रस्त्यावर गाडी नेली.

मग क्विनने बोलायला सुरुवात केली. ''खरे तर आपण पहिल्यांदा भेटलो तेव्हाच मी तुला या आचरण पद्धतीबद्दल सांगितले होते, पण आता तुला मी ती पद्धत पुन्हा सांगेन. मला खातरी आहे की, तुला ती नक्की आवडेल... पण बाय द वे, मला कळले आहे की, तू मि. जॉन विल्यम्स यांना बेकलेमध्ये मुलाखतीसाठी बोलावले आहेस. चांगली कल्पना आहे ॲलेक्स!''

गुरगुरल्याप्रमाणे एक जोरात आवाज काढत जेव्हा कॉरवेट गाडीने वेग घेतला तेव्हा क्विनच्या चेहऱ्यावर उमटलेले हसू पाहून ॲलेक्सने विचारले, ''तुला ही गाडी चालवायला आवडते, होय ना?''

त्याला उत्तर देताना क्विनने खास अमेरिकन माणसांसारखा हेल काढत म्हटले, ''होय, मला माझे ग्राहक असलेल्या 'क्लेव्हलँड वेलनेस नेटवर्क'च्या ठिकाणी गाडी चालवायला आवडते. त्यामुळे मला माझ्या गाडीतून 'बाहेर' येण्याची संधी मिळते. ही कार म्हणजे अमेरिकेतल्या उत्तम कामगिरी करणाऱ्या गाड्यांचे प्रतिनिधित्व करणारी अभिजात कार आहे.'' मग हसतहसत तो म्हणाला, ''गाडी चालवणे ही माझ्या अनेक आवडत्या गोष्टींपैकी एक गोष्ट आहे. मी स्कॉटलंडमध्ये लहानाचा मोठा झालो. तेव्हा माझे वडील चर्चमधले प्रवचनकार होते. कामानिमित्त त्यांना खूप ठिकाणी प्रवास करावा लागायचा. त्यांच्याकडे लाल रंगाची एमजीबी कार होती. आम्ही दोघेच गाडीमधून जात असू. तेव्हाचा, अगदी बालपणाच्या मित्राबरोबर असतानाचा तो वेळ मला फार आवडे. माझी मॉम म्हणायची की, प्रवचनकाराकडे अशी गाडी असणे म्हणजे लोकांच्या मनात शंका निर्माण होऊ देणे! पण वडिलांना

ती गाडी चालवत असताना किती आनंद होतो ते पाहायला मॉमला खरेच खूप आवडायचे. डॅडबरोबर गाडीतून जाताना ते माझे बोलणे ऐकून घ्यायचे आणि माझ्याकडे खूप लक्ष द्यायचे... कदाचित त्या साऱ्या गोष्टींमुळे मला गाडी चालवायला आवडते.''

मग ते दोघे जरावेळ शांत बसून गाडीतून फिरण्याचा आनंद लुटू लागले. थोड्यावेळाने शांततेचा भंग करत अॅलेक्सने विचारले, ''वेलनेस नेटवर्कमध्ये मला काय पाहायला मिळणार आहे?''

''तुला तिथे पाचवी आचरण पद्धती पाहायला मिळेल – ती म्हणजे यशावर आधारित पुढची कामगिरी करा,'' असे म्हणत त्याने आपल्या खिशातून कार्ड काढून अॅलेक्सच्या हातात दिले. त्या कार्डवर नेहमीप्रमाणेच चांदणीचे चिन्ह होते आणि त्याखाली पाचही आचरण पद्धती लिहिलेल्या होत्या.

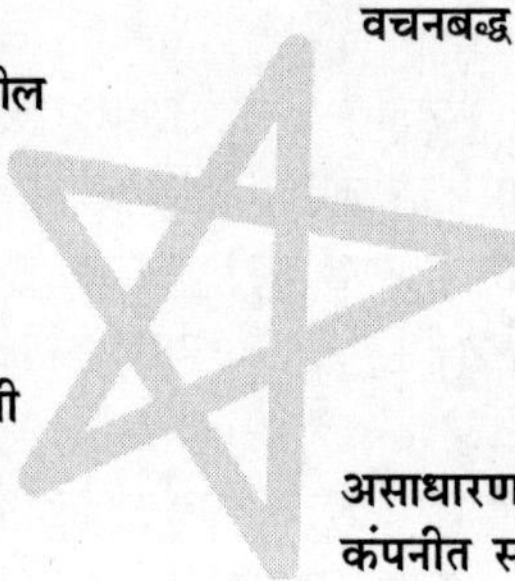


''तुला कंपनीमध्ये तुझ्या ध्येयांची व उद्देशांची हातमिळवणी होताना दिसते आहे. आता तू संपूर्ण कामगिरीवर एक नजर टाकू शकतोस.'' मग आपला मुद्दा स्पष्ट होण्यासाठी त्याने एक्सिलरेटर दाबून गाडीचा वेग किंचित वाढवला आणि म्हटले, ''यासाठी कंपनीत जिथे-जिथे तुला यशनिर्मिती होताना दिसून येईल, तिथे-तिथे त्या यशावर आधारित पुढची कामगिरी तुला करता येईल.''

''वा, छान!'' आपली सीटवरची बैठक दृढ करत अॅलेक्सने म्हटले.

मग क्विन पुढे बोलू लागला, ''याची सुरुवात, तुमच्या कंपनीत अगोदरपासून जी कामगिरी चांगल्या रीतीने चालली आहे ते शोधण्यापासून होते. अगदी यशाची फिकट चाहूल लागलेली दिसतानाही...! मला एक वाक्प्रचार फार आवडतो. तो म्हणजे : भविष्यातली उत्कृष्ट कामगिरी अगोदरपासून तिथेच असते. ती फक्त कमी-जास्त प्रमाणात विभागलेली असते. हा वाक्प्रचार बेकले मेडिकलच्या संदर्भात

वापरायचा झाल्यास मी म्हणेन की, बेकले मेडिकल आधीपासूनच शांतपणे, महत्त्वपूर्ण यश संपादन करत आहे.

"पाचवी आचरण पद्धती ही संभाव्य महत्त्वाची शोधप्रक्रिया किंवा महत्त्वाचे बदल ओळखणे व जाहीरपणे न दिसणारे यश शोधून, त्या यशाबाबतची प्रक्रिया अधिक बळकट करणे यावर अवलंबून असते. नेपोलियन ही पद्धत वापरत असे, हे तुला माहिती आहे का? तो युद्धाला सुरुवात होण्याच्या वेळेला पहिल्या रांगेत ढोल वाजवणाऱ्या सैनिकांना सज्ज करत असे. शत्रुपक्ष एखादी महत्त्वाची हालचाल करताना दिसला की, त्या हालचाली जवळून पाहणाऱ्या सैनिकाला जोरात ढोल वाजवण्यास सांगितला जात असे आणि मग उरलेले सैनिक त्या ठिकाणी अचानक हल्ला करून त्यांची चाल मोडून टाकत असत. हे म्हणजे मिळालेल्या यशाचा फायदा घेऊन पुढची कामगिरी करण्यासारखेच आहे."

"मला हे सारे क्लेव्हलँड वेलनेस नेटवर्कमध्ये पाहायला मिळेल का?" ॲलेक्सने विचारले.

"हो नक्कीच! आज मी डॉ. टोनी फिलिप्सबरोबर तुझी भेट घडवून आणणार आहे. ते या कंपनीचे मुख्य कार्यकारी अधिकारी आहेत. ते तुला असाधारण ध्येयाकडे वाटचाल करताना त्यांच्या कंपनीमध्ये सर्वदूर भराभर प्रगती कशी घडवून आणता येते, हे सांगतील. वेलनेस नेटवर्क ही वर्षाला नऊ अब्ज इतकी प्रचंड उलाढाल असणारी रुग्णालय संस्था आहे. इतकेच नव्हे; तर तिथे जागतिक दर्जाचे संशोधन कार्य केले जाते आणि शिक्षणही दिले जाते."

"मला टोनीबद्दल सांग ना," ॲलेक्सने अधीरेपणाने म्हटले.

"त्याचे नक्की शब्दांत वर्णन करणे कठीण आहे. पण तो म्हणतो की, तो एका कंपनीचे नेतृत्व करत नाही, तर एका जनहितासाठी असलेल्या कारणासाठी नेतृत्व करतो. त्याने वीस हजारांहून अधिक यशस्वी हृदय शस्त्रक्रिया केल्या आहेत व त्याच्या या शौर्यपूर्वक कामगिरीबद्दल पदक देऊन त्याला सन्मानितही केले गेले आहे. त्याच्या मित्रांनी व बऱ्या झालेल्या रुग्णांनी एक उत्तम शल्यविशारद म्हणून त्याला गौरवले आहे."

"एक डॉक्टर ते कंपनीचा मुख्य आधिकारी म्हणून त्याचा प्रवास नक्कीच मनोरंजक असेल ना?"

"नक्कीच," क्विनने जोरात म्हटले. आरोग्यसेवेमध्ये सुधारणा घडवून आणण्याआधी वेलनेस नेटवर्कच्या लोकांना आधी स्वत:ला बदलण्याची गरज भासली. त्यांनी वरपासून ते खालपर्यंत नेतृत्वाची पद्धत बदलली व सामाईक नेतृत्वाचा मार्ग निवडला व त्या पद्धतीस 'इतरांना मदत करणारे नेतृत्व' असे नाव दिले."

“हो, मी हे सारे बेवसाइटवर वाचले आहे.”

“छान!” क्विनने म्हटले आणि पुढे बोलत तो म्हणाला, “मग त्यांनी हेही ठरवले की, जर ते खरोखरच असाधारण ध्येयाशी वचनबद्ध असतील, तर ते आधीच यशस्वी असलेल्या असाधारण ध्येयाच्या कामगिरीत काही वेगळेपणा आणून नवीन काहीतरी घडवतील.”

आपली कॉव्हेट गाडी दोन राज्यांतील मार्ग क्र. ४८० कडे बाहेर काढण्यासाठीच्या उताराकडे नेण्यासाठी क्विनने गाडीच्या सिग्नलच्या दिव्यांची उघडझाप केली आणि म्हटले, “एक विलक्षण संस्था आपल्याला मिळालेल्या यशाच्या आधाराने स्वत:चा शोध पुन्हा नव्याने कसा घेते, हे तू वेलनेस नेटवर्कमध्ये पाहणार आहेस.”

मग वैद्यकीय कंपनीच्या खंडीभर इमारतींच्या मध्यभागी असलेल्या अद्ययावत वाहनतळाकडे क्विनने आपली गाडी वळवली. तिथला परिसर पाहून ॲलेक्स आश्चर्याने थक्कच झाला. ती जणू एक छोटी वैद्यकीय नगरीच होती म्हणा ना! काही मिनिटांतच खास चालण्यासाठी बनवलेल्या बोगद्याच्या रस्त्यावरून ते टोनीच्या ऑफिसबाहेर पोहोचले. ॲलेक्स टोनीच्या ऑफिसबाहेर केलेली कलाकुसर न्याहाळत असताना क्विनने त्याच्या किंचित उघड्या दरवाज्यावर थाप मारली आणि ॲलेक्सला म्हटले, “मी आता तुला इथे सोडून माझ्या कामाकरता जातो आहे. बऱ्याच उद्योजकांनी आणि व्यक्तींनी त्यांच्या असाधारण ध्येयपूर्तीच्या संदर्भात मला भेटायची इच्छा व्यक्त केली आहे. त्यामधला एक गट तर इथे या शहरातच आहे. त्यांना भेटून मी परत येईन. आपण दुपारच्या जेवणानंतर भेटू या.”

इतक्यात टोनीच्या ऑफिसचा दरवाजा उघडला आणि दरवाज्यातून स्वत: टोनी बाहेर आला व त्याने ॲलेक्सचे स्वागत केले. हस्तांदोलन करताना टोनीच्या हातातली ताकद ॲलेक्सला जाणवली. टोनीने बोलायला सुरुवात केली. “क्विनने आपल्या दोघांना एकत्र आणलं आहे तर... तो खरोखरच खूप चांगला माणूस आहे.” क्विनने त्याला धन्यवाद देत निरोपाचा हात हलवला. मग टोनी पुढे म्हणाला, “मला तुमच्या वडिलांबद्दल माहिती आहे. ते एक चांगले नेता होते. तुम्ही त्यांच्यासारखेच आहात, असे मी ऐकले आहे.” ते ऐकून ॲलेक्सला संकोचल्यासारखे झाले. आपण टोनीच्या गुणवत्तेला पात्र ठरू की नाही, हा विचार त्याच्या मनात घोळत राहिला.

रुग्णालयाच्या बाह्य भागाप्रमाणेच, टोनीच्या ऑफिसचा आतला भागही त्या काळच्या प्रचलित शैलीचा व अद्ययावत होता. त्यावर विरळ नक्षीकाम केलेले दिसत होते. ‘झेन पंथाच्या कलेप्रमाणेच आहे अगदी...’ असे ॲलेक्सच्या मनात आले. टोनीचे ऑफिस नि:शंकच अगदी आधुनिक तंत्रज्ञानाने भरलेले होते; परंतु त्याच्या टेबलवर मात्र डझनभर टोक केलेल्या पेन्सिल्स ठेवलेल्या दिसल्या. ‘जुन्या पद्धतींचे

द्योतक!' ॲलेक्स मनात म्हणाला आणि ''आपला बहुमोल वेळ दिल्याबद्दल धन्यवाद,'' असे म्हणत त्याने बोलायला सुरुवात केली.

टोनीने त्यामध्ये काही विशेष नाही या अर्थाने हात हलवला व म्हटले, ''आमच्या इथे काय-काय आहे हे दाखवायला आम्हाला नक्कीच आनंद होईल... मला काही जास्तीचे श्रेय नको आहे, कारण अजूनही माझी शिकण्याची प्रक्रिया सुरू आहे. तुम्हाला माहितच असेल की, वैद्यकीय महाविद्यालयात तुम्हाला एखादी मोठी संस्था कशी चालवायची, हे शिकवत नाहीत.''

ॲलेक्सने म्हटले, ''क्विन नेहमी म्हणत असतो की, 'तुम्ही यशावर आधारित कामगिरी' करण्यात अगदी तरबेज आहात.''

परत आपल्या जागेवर जाऊन बसत टोनीने म्हटले, ''आम्ही रुग्णालयात काम करणाऱ्या मंडळींनी फक्त रोगांबाबतचे प्रश्न सोडवण्यासाठीचे शिक्षण घेतलेले असते. पण कामाचा संबंध फक्त प्रश्न सोडवण्यापुरताच नसतो, तर नवीन उपक्रम तयार करणे, संधी शोधणे व तिचा लाभ घेणे व शक्यता गृहीत धरणे या गोष्टींशीही असतो. याचा अर्थ काय, हे मी तुम्हाला आता दाखवतो,'' असे म्हणत टोनी उभा राहिला व म्हणाला, ''त्यासाठी आपल्याला इथे एक फेरफटका मारावा लागेल... तुम्ही तयार आहात ना?'' ॲलेक्सने काही उत्तर द्यायच्या आतच टोनी घाईघाईने दाराबाहेर गेला आणि ॲलेक्सला चालताना आधार मिळावा म्हणून वेताची काठी घेऊन आला. मग ते दोघे चक्रव्यूहाप्रमाणे रचना असलेल्या प्रवेशमार्गातून निरनिराळी दालने व हॉलमधून फिरत राहिले. टोनी आत्मविश्वासपूर्णरीत्या त्याला मार्गदर्शन करत राहिला.

टोनी स्वत:च खूप काही सांगत राहिला व म्हणाला, ''मी जेव्हा माझ्या शल्यचिकित्सेच्या क्षेत्राकडे मागे वळून बघतो, तेव्हा मला असे दिसून येते की, पहिल्या शस्त्रक्रियेपासून ते वीस हजाराव्या शस्त्रक्रियेपर्यंत मी व माझी टीम सतत शिकण्याची व नवीन गोष्टी शोधून काढण्याची प्रक्रिया करत होतो. इथे आमच्या सर्व शाखांमध्ये एकाचवेळी रोज हजारो नावीन्यपूर्ण गोष्टी घडत असतात. जर मी या सर्व शाखांमधून रोज होणाऱ्या महत्त्वाच्या नावीन्यपूर्ण शोधप्रक्रिया ओळखल्या, त्या विस्तारित केल्या आणि मग त्या शोधप्रक्रियांचे मजबूतीकरण केले व ही क्रिया रोजच्या रोज घडवून आणली, तर आमच्या हाती 'यश देणारे यंत्रच' गवसल्यासारखे होईल.''

कंपनीबाबत टोनीचा उत्साह आणि आत्मविश्वास ओसंडून वाहत होता. त्याने म्हटले, ''आमच्या संपूर्ण संस्थेत, असाधारण ध्येयपूर्तीकडे नेणाऱ्या अनपेक्षित यशाच्या खुणा कुठे दिसत आहेत का, याची बारकाईने पाहणी करण्यासाठी आम्ही आमच्या नेतेमंडळींना प्रेरित करत असतो.''

टोनीने आपल्या सूटच्या खिशातून एक छोटेसे नोटपॅड काढले व क्विनच्या नेहमीच्या रेखाटन पद्धतीप्रमाणे रेखाटन करून त्याने ते ॲलेक्सला दाखवले.

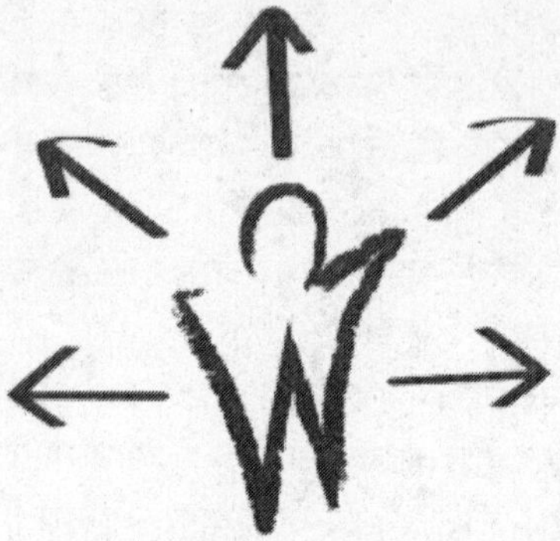

**यशाच्या पुसटशा खुणा आढळल्या तरी बारकाईने पाहणी करा**

टोनीने पुन्हा म्हटले, "आमच्या सर्वत्र पसरलेल्या शाखांच्या जाळ्यात यशाच्या खुणा शोधण्यासाठी आमचे नेते सतत बारकाईने तपासणी करत असतात. आम्हाला जेव्हा असे आढळून येते की, एखादी गोष्ट व्यवहारात उपयुक्त ठरू शकते, तेव्हा आम्ही तिच्याबाबत प्रचार करतो आणि इतरांना त्या गोष्टीचा उपयोग करण्यासाठी प्रेरित करतो. ज्या पद्धती फरक घडवून आणू शकतात, त्यांचे महत्त्व वाढवण्यावर आम्ही लक्ष केंद्रित करतो."

ॲलेक्सने आपले स्वत:चे पेन व नोटपॅड काढत म्हटले, "मला यामधल्या पायऱ्या समजावून सांगतोस का?"

"होय, नक्कीच!" टोनी उत्तरला. "मी त्या पायऱ्या एका कार्डवर लिहून काढल्या आहेत... ही क्विनची सवय!" असे म्हणत टोनीने एक छापील कार्ड ॲलेक्सच्या हातात दिले.

**यश शोधणारी व यशाची प्रतिकृती तयार करणारी व्यक्ती कसे बनावे?**

- नवीन पायंडा पाडणाऱ्या व अनपेक्षित यश देणाऱ्या घटनांचा अव्याहतपणे शोध घ्या.

- या यशामागची कारणे व प्रक्रिया काय होत्या हे मुळापासून जाणून घ्या.
- त्याचप्रकारे अशाच प्रकारचे यश जिथे मिळू शकेल त्या ठिकाणच्या जागा / संधी शोधा.
- नवनिर्मिती करणाऱ्या व तसेच हुबेहुब यश मिळवण्याऱ्या व्यक्तीला पारितोषिक देऊन त्याचा/तिचा गौरव करा.
- फिरणाऱ्या चक्राप्रमाणे या क्रिया पुनःपुन्हा होऊ देत.

ॲलेक्सने म्हटले, "तुम्ही अनपेक्षित यश देणाऱ्या घटना असा शब्द वापरलात..."

"होय. आम्ही आमचे प्रकल्प यशस्वी होण्याची अपेक्षा करतो आणि त्या यशावर आधारित पुढची कामगिरी करण्याचे ठरवतो. यामुळे आम्हाला मिळणाऱ्या नफ्यात अचानक थोडीशी वाढ तर होतेच, शिवाय रुग्णाला अधिक चांगल्या सेवा मिळण्याचा अनुभव येतो, एखाद्या विभागासाठी अधिक वेळ किंवा अधिक साधने दिली जातात किंवा रुग्णालय अधिक चांगले परिणाम साधू शकते. बारकाईने निरीक्षण करणारी नेते मंडळी यशाच्या पुसटच्या खुणाही शोधत असतात, ज्या काही नावीन्यपूर्ण गोष्टींच्या दर्शक असतात. ही नेते मंडळी या यशामागची कारणे मुळापासून जाणून घेतात व त्या विचारसरणीचा व पद्धतींचा हुबेहूब वापर करण्याचा प्रयत्न करतात व अशा प्रक्रिया मोठ्या प्रमाणावर व बऱ्याच ठिकाणी घडवून आणण्याचाही प्रयत्न करतात."

फेरफटका मारून आणल्यावर टोनीने ॲलेक्सला संगणकांचे जाळे असलेल्या एका खोलीत नेले. युआन नावाचा एक अधिकारी तिथे बसून काम करत होता. त्याला पाहून टोनीने म्हटले, "युआन, तू कशाच्या मागे लागला आहेस व ते का, हे ॲलेक्सला जरा समजावून सांग बरं आणि तू पुढे जाऊन काय करणार आहेस हेही सांग."

अचानक इतक्या प्रश्नांची सरबत्ती झाली तरी त्यामुळे विचलित न होता डॉ. युआन ली शांतपणे उभे राहिला व त्यांनी ॲलेक्सशी हस्तांदोलन केले आणि तो बोलू लागला. "आम्हाला आमच्या रुग्णांबाबत एक गोष्ट लक्षात आली. इथे येताना बरेचसे रुग्ण त्यांच्या रोगाबद्दल इंटरनेटवर मिळालेली माहिती, वैद्यकीय अहवाल व इतर अव्यवस्थितपणे साठवलेली माहिती इत्यादी घेऊन येत. इथून निघून गेल्यानंतरही त्यांना रोगांच्या संदर्भातली अधिक अद्ययावत माहिती हवी असे व एकंदरीतच वेलनेस नेटवर्कच्या संपर्कात राहण्याची त्यांची इच्छा असे.

"आमच्यातील तंत्रज्ञान विभागातल्या एक-दोघांनी त्यांना मदत करण्यासाठी काहीतरी उपाययोजना केली. त्यांनी अद्ययावत पद्धतीची व ग्राहकांना सहजतेने हाताळता येईल अशी इलेक्ट्रॉनिक पद्धतीची वैद्यकीय नोंदपद्धत शोधून काढली.

शून्यातून आमूलाग्र नावीन्य असलेले काहीतरी निर्माण करण्याच्या मोहिमेतून त्यांनी हे काम केले. त्यासाठी आम्ही छोट्या प्रमाणात सुरुवात करून चाचणी घेतली. त्यात आम्हाला भरपूर यश मिळाले. मग आम्ही या पद्धतीचे महत्त्व वाढवण्याकरता व या पद्धतीला कंपनीचा एक हिस्सा बनवण्याकरता इलेक्ट्रॉनिक पद्धतीची वैद्यकीय नोंद करणाऱ्या एका नामांकित कंपनीशी भागीदारी केली. ती पद्धत सुरक्षित करून सहजपणे उपलब्ध करता येईल का ते पाहिले. आता ती पद्धत आयफोन्स व तुझ्या ब्लॅकबेरीवर पण उपलब्ध आहे.''

''होय, मला माझा ब्लॅकबेरी फोन खूप आवडतो... मी तर म्हणेन की, त्याने माझे आयुष्यच बदलवून टाकले.'' ॲलेक्सने पावती दिली.

युआनला ॲलेक्सच्या बोलण्यातला गर्भितार्थ समजला नाही, पण तरीही त्याने एक मंद स्मित केले. मग त्याने ॲलेक्सला दहा मिनिटांची शिकवणी दिली. टोनी ॲलेक्सच्या बाजूला उभा राहून ते पाहत होता. त्याच्या विभागातील सहकारी संगणकावर जे प्रश्न, परिस्थिती वगैरे हाताळत होता ते पाहून टोनीच्या चेहऱ्यावर समाधान दिसत होते. ''आम्ही पण याचा वापर करू शकतो,'' ॲलेक्सने नोंद घेत म्हटले आणि टोनीला विचारले, ''तुम्हाला या सेवेचे वितरण करण्यासाठी कोणी भागीदार हवा आहे का?''

''आपण त्या दृष्टीने विचार करू शकतो,'' टोनीने आश्वासन दिले. युआनला त्या बाबतीत पाठपुरावा करायला सांगून टोनीने म्हटले, ''ॲलेक्स, इथे बघण्यासारख्या अजून काही गोष्टी आहेत. चल निघू या.''

टोनी एक असा माणूस आहे, ज्याला विभागप्रमुखाची भूमिका आणि दुसऱ्या व्यक्तींमध्ये ऊर्जा निर्माण करण्याचे कामही सहजपणे जमते आहे, हे ॲलेक्सने हेरले.

ते दोघे एका नवीन प्रवेशदालनात शिरले, तेव्हा टोनीने ॲलेक्सला परत एकदा थांबवले आणि म्हटले, ''इथे तुला यशावर आधारित कामगिरी करण्यासाठी आम्ही कसे वचनबद्ध आहोत हे दाखवणारा अजून एक धाडसी प्रकल्प पाहायला मिळेल. आज मी अशा नावीन्यपूर्ण कल्पना घडवून आणणाऱ्या दोन मुख्य व्यक्तींना आपल्याला भेटायला बोलावले आहे.''

ते दोघे वरच्या मजल्यांवर जाण्यासाठी लिफ्टमध्ये शिरत असताना टोनीने म्हटले, ''यशावर आधारित कामगिरी करणे म्हणजे कंपनीच्या आतमध्ये तुमच्यासाठी कोणत्या गोष्टी कार्यान्वित होऊ शकतील व बाहेरील लोकांना त्याचे लाभ तुम्ही कसे देऊ शकाल याबाबत योजना आखणे. उदाहरणार्थ, कर्मचाऱ्यांसाठी असलेल्या आरोग्य योजनेबाबत आमचे उपक्रम! आमच्या नावीन्यपूर्ण उपक्रमांचा उपयोग कर्मचाऱ्यांचे व त्यांच्या कुटुंबीयांचे आरोग्य सुधारण्यासाठी करताना आम्हाला त्या

उपक्रमांचे परिणाम चांगल्या रीतीने होताना दिसले. आता आम्ही ही प्रस्तावित योजना जगासमोर आणून ती कार्यान्वित करायचा विचार करतो आहोत.''

मग ते दोघे मनुष्य साधन विभागाचे प्रमुख अधिकारी, मिस्टर ज्यो पॅटरनुस्की व कर्मचारी आरोग्य योजनेचे प्रमुख डॉ. पॉल टोलिनस्की यांच्या ऑफिसमध्ये शिरले. टोनीने त्यांची ओळख ॲलेक्सशी करून देत म्हटले, ''या दोन नेत्यांनी लोकांना चांगले आरोग्य पुरवण्याबाबतच्या पुढाकार योजनांच्या यशावर आधारित कामगिरी केली आहे.'' मग त्या दोघांकडे वळत त्याने म्हटले, ''मित्रांनो, ॲलेक्सला तुमची समाजस्वास्थ्याबाबतच्या धाडसी मोहिमेची गोष्ट ऐकायची आहे.''

ज्योने आधी बोलायला सुरुवात केली. ॲलेक्सच्या लक्षात आले की, हा दणकट शरीरयष्टीचा माणूस, मानवसाधन विकास अधिकाऱ्यापेक्षा बचावाचा पवित्रा घेत खेळणाऱ्या फुटबॉलच्या टीमचा संरक्षण देणारा सदस्य म्हणून जास्त शोभतो.

''आम्ही आमच्या समाज स्वास्थ्याबाबतच्या सेवा विकायला एकदमच सुरुवात केली नाही, तर त्या आधी कितीतरी वर्षे आम्ही आमचे साठ हजार कर्मचारी व त्यांचे कुटुंबीय यांच्यासाठी काहीतरी चांगले करायला धडपडत होतो... आम्हाला आमच्या स्वत:साठीच काहीतरी अगदी खास कामगिरी करायची होती. तशी कामगिरी करून आम्ही आता स्वत:ला सुरक्षित केले आहे.''

मग डॉ. पॉलने मध्येच बोलायला सुरुवात करून म्हटले, ''मग आम्ही लोकांचे आजार टाळून त्यांचे स्वास्थ्य टिकवून ठेवण्यासाठी उपयोगी पडणाऱ्या सर्वोत्तम पद्धतींचा सखोल अभ्यास केला. आम्ही जिम किंवा व्यायामशाळांमध्ये आणि पोषक आहाराबाबत सल्ला देणाऱ्या सल्लागारांकडे जाण्यासाठी लोकांना मोफत प्रवेश मिळवून दिला, रोगांसाठीचे व्यवस्थापन केले, आर्थिक पाठबळ दिले, समुपदेशन केले, साधनांबाबत माहिती देणाऱ्या संकेतस्थळांच्या वेबलिंक्सची माहिती दिली आणि मधुमेह व स्थूलपणा यासारख्या रोगांना गंभीरपणे हाताळले... आणि या सर्व गोष्टी यशस्वी झाल्या. लोकांचे आरोग्य सुधारावे यासाठी एकत्रितपणे आम्ही हजारोंहून अधिक पौंड्स खर्च केले, पण त्यामुळे लोकांचे आरोग्य खरोखरच सुधारले. आमचे कर्मचारी व त्यांचे कुटुंबीय यांना आमची कामगिरी खरोखरच खूप आवडली. आमच्या रुग्णालयातले काम अधिक फलदायी होऊ लागले व एकंदर होणारा खर्चही कमी झालेला दिसला.''

प्रत्येक वाक्याबरोबर ॲलेक्स त्याच्याकडे डोळे विस्फारून पाहत होता. डॉ. पॉलचे बोलणे संपल्यावर त्याने म्हटले, ''वा! खरोखरच अप्रतिम!''

मग पुन्हा ज्योने बोलायला सुरुवात केली. ''मिळालेल्या यशावर आधारित कामगिरी करताना हे स्पष्ट झाले होते की, आम्हाला आमच्यासाठीसुद्धा अनमोल आनंदाचा ठेवा मिळाला आहे. आम्हाला असे काहीतरी 'खास' सापडले ज्यामुळे

आम्ही लोकांना आरोग्यपूर्ण ठेवू शकतो.'' मग क्षणभर गप्प राहून त्याने म्हटले, ''मनुष्यसाधन विभागाकडून तुम्ही या सर्वांची अपेक्षा करू शकत नाही. होय ना?''

मग डॉ. पॉलने संभाषणाची गाडी पुढे नेत म्हटले, ''आता आम्ही हा प्रस्ताव सर्व विमा कंपन्यांना, इतर कंपन्यांना, सरकारी आरोग्य योजनांना आणि ग्राहकांना देणार आहोत.''

''हे सारे झाले नसते, तर मी इतका आनंदी झालो नसतो,'' टोनीने म्हटले. ''मला हे सारे सांगितल्याबद्दल तुम्हा सर्वांना थँक्स! हे सारे ऐकून मी अतिशय प्रभावित झालो आहे.''

ज्योने म्हटले, ''तू नक्की इथे परत येणार आहेस... आम्हाला भेटायला तू कधीही येऊ शकतोस! बाय द वे, मला कळले आहे की, तुझ्या टीममध्ये केविन जॉर्डन आहे. तो एक चांगला फुटबॉलपटू होता... कॉलेजमध्ये असताना मी त्याच्याकडून फुटबॉलचे फार थोडे धडे गिरवले. त्याला मी भेटल्याचे सांग.''

टोनीच्या ऑफिसमध्ये परत जात असताना त्यांनी वळसा मारून डझनावारी कार्यालयांना भेट दिली. टोनी बऱ्याचशा कार्यालयांपाशी व कार्यस्थळांपाशी थांबत होता व नावीन्यपूर्ण उपक्रम व नुकत्याच मिळालेल्या यशाबाबतच्या घटनांची माहिती घेत होता. चक्रव्यूहासारखी रचना असलेल्या प्रयोगशाळेतून ॲलेक्सला फिरवताना त्याच्या मनात निश्चितच काही उद्देश होता. (ॲलेक्स मात्र तिथे फिरताना हरवलाच जणू!) मग काही गोष्टींचे निरीक्षण करून टोनीने म्हटले, ''कामाबाबतच्या प्रक्रिया सुरू करून ते काम पूर्ण करण्यासाठी आपल्याला आणखी २० टक्के वेळ कमी लागेल, असे या प्रयोगशाळांच्या परीक्षणामधून दिसून येते. आपण इतर चाचण्यांबाबतचा वेळही असाच कमी करू शकू का? ते कॉम्प्युटरवर तपासून पाहा. करता येत असेल, तर ते मला दाखवा आणि यामुळे खूप मोठा फरक पडणार असेल, तर हे काम सोडून देऊ नका.''

टोनी इतर व्यक्तींशी बोलत असताना आणि त्याच्या कल्पना मांडत असताना, त्याला खासगी बोलणे करता यावे म्हणून ॲलेक्स मुद्दाम जरा लांब उभा राहिला; परंतु टोनीने त्याला जवळ बोलावले व ॲलेक्सला माहीत असलेल्या मुद्द्यांबद्दल व विषयांबद्दल तो ॲलेक्सचे मत विचारत राहिला.

शेवटी ते परत एकदा टोनीच्या ऑफिसजवळ पोहोचले असता, ॲलेक्सने सुटकेचा निश्वास टाकत म्हटले, ''हुश्श! तू नेहमीच असे बोलणे-चालणे करतोस का? आपण किमान डझनभर लोकांशी तरी बोललो असू.''

''होय... मला तसे करायला आवडते आणि केवळ मीच नव्हे, तर आम्ही सर्वजणच अशा रीतीने काम करतो,'' असे म्हणत टोनीने एक मोठा कुटुंबाचा अल्बम काढला व त्यातल्या कुटुंबाप्रमाणे एकत्र आलेल्या व्यक्तींचे फोटो दाखवले.

ते फोटो डॉक्टर्स, परिचारिका, सफाई कामगार, सुरक्षा कर्मचारी, बांधकामावरील कामगार आणि इतर अनेक कर्मचारी इत्यादींना एकत्र घेऊन काढलेले होते. ''हे सर्वजण आहेत, यशावर आधारित पुढची कामगिरी करणारे वीर! यांच्यामुळेच आम्ही नावीन्यपूर्ण व रुग्णांसाठी अत्यंत सुरक्षित अशी रोगनिवारक पद्धत जगासमोर आणू शकलो. आरोग्य सेवेबाबतचा खर्च कमी करून जगाला सर्वोत्तम आरोग्य सेवा पुरवणे हे आमचे ध्येय आहे. इथे असणारे आम्ही सर्वजण तुमच्या आरोग्याची काळजी घेणारे आहोत, सेवादाते आहोत.''

मागे एकदा ऐकलेले ओळखीचे शब्द परत ऐकायला मिळाल्यामुळे ॲलेक्स विस्मित झाला.

मग त्या अल्बममधून डोके वर काढत टोनीने म्हटले, ''बाय द वे... तुमची उत्पादने वापरल्यामुळे आम्हाला मिळत असलेल्या यशावर आधारित कामगिरी तुम्ही कशी करू शकाल, याबाबत आमच्याकडे काही छानशा कल्पना आहेत. ऐकणार?''

''होय... का नाही ऐकणार? मला नक्कीच आवडेल!'' ॲलेक्सने उत्तेजित स्वरात म्हटले.

''तर मग आपण पुन्हा भेटू,'' टोनीने म्हटले. ''पण तेव्हा कंपनीतल्या नवीन उत्पादनाबाबत संशोधन व विकास करणाऱ्या मंडळींनासुद्धा बरोबर घेऊन या आणि हो... क्विनने हे कार्ड मला तुम्हाला द्यायला सांगितले आहे.'' असे म्हणत टोनीने स्मित हास्य केले आणि ॲलेक्सशी हस्तांदोलन केले, तेव्हा पुन्हा एकदा टोनीच्या हातांतली ताकद ॲलेक्सला जाणवली. त्या कार्डवर असाधारण ध्येयाबाबतची पाचवी आचरण पद्धत लिहिलेली होती.

**आचरण पद्धत क्र. ५ : यशावर आधारित पुढील कामगिरी करा.**

तत्त्वे :

- कार्यान्वित केलेली कुठली योजना, उपक्रम किंवा काम यशस्वी होते ते पाहा आणि त्यावर भर द्या.
- असाधारण ध्येय साध्य करण्याबाबतच्या नावीन्यपूर्ण गोष्टी घडवून आणण्याच्या संस्कृतीचे जतन करा.

# माणूस म्हणजे एक स्वतंत्र बेट नसते...

दुसऱ्या दिवशीची सकाळ! ॲलेक्स लंगडत-लंगडत स्वयंपाकघरात पोहोचला. रॅशेल व तिची आजी स्वयंपाकघरातल्या ओट्याजवळ दाटीवाटीने बसून, शांतपणे टीव्हीवरच्या बातम्या पाहत होत्या. ते पाहून ॲलेक्स पुन्हा एकदा भूतकाळात शिरला. त्याला त्याच्या अपघाताच्या दिवशीची सकाळ आठवली. त्या दिवशी सकाळीही त्या दोघी अशाच टीव्ही पाहत बसल्या होत्या... हे सर्व खूप-खूप पूर्वी घडून गेल्यासारखे त्याला वाटले.

त्या दोघींकडे पाहत ॲलेक्सने म्हटले, ''गुड मॉर्निंग, माझ्या आयुष्यातील दोन अत्यंत प्रिय व्यक्तींना!''

ते ऐकून रॅशेलने म्हटले, ''ओह डॅड, माझ्याकडे आपल्यासाठी एक छान कल्पना आहे.''

ॲलेक्सने स्मित करत म्हटले, ''काय? सांग बरं.''

''काल मी बसमधून येताना, माझ्या एका मैत्रिणीशी बोलत होते. मी तिला सांगत होते की, आपण दोघांनी एकत्रपणे कसा स्वयंपाक केला आणि आम्हाला असे प्रयोग आणखी करायला कसे आवडेल वगैरे!... खरं तर ही कल्पना तिनेच मला सुचवली. ती आणि तिचे वडील पिट्सबर्गमधल्या 'नागरी स्वयंपाकघर योजनेमध्ये' काम करतात.''

ॲलेक्सने आपल्या कपात चहा ओतून घेतला आणि तो रॅशेलच्या शेजारी जाऊन बसला. त्याने विचारले, ''हे काय प्रकरण आहे सांग बरं!''

''नागरी स्वयंपाकघर योजना ही सकस व पौष्टिक अन्न बनवण्याची योजना आहे. ही योजना आपल्या घराजवळच्या कोपऱ्यावरच सुरू आहे आणि आपल्या शहराच्या बाजूलाच असलेल्या सामुदायिक शेती प्रकल्पातून या योजनेला सुरुवात झाली. या योजनेचा मुख्य उद्देश आहे की, कमी उत्पन्न असलेल्या लोकांना चांगले व पौष्टिक अन्न खायला मिळावे. डॅड, आपल्या शहराच्या आजूबाजूच्या भागांत किराणामालाची दुकाने नाहीत. तिथे फक्त झटपट तयार होणारे 'फास्ट फूड'

मिळते, जे आरोग्याला घातक असते. पण माझी मैत्रीण आणि तिचे वडील यांना लक्षात आले की, जरी या लोकांना चांगले पौष्टिक अन्न खायला मिळू शकत असले, तरी ते आवर्जून खात नाहीत. म्हणून मग आपण शिकलो त्याप्रमाणेच त्या लोकांनाही ताजे जिन्नस घेऊन अन्न कसे शिजवावे हे शिकवायला त्यांनी सुरुवात केली.

''आपल्या घराजवळच ही 'नागरी स्वयंपाकघर योजना' आहे. तिथे दर महिन्याला पाकशास्त्राचे धडे शिकवले जातात. तिथे काय-काय शिकवले जाते याची यादी माझ्याकडे आहे. ही बघा...'' असे म्हणत रॅशेलने आपल्या दप्तरातून एक कागद काढला. ''यावर तिथे शिकवले जाणारे मेक्सिकन पदार्थ लिहिले आहेत आणि मुलांना देऊ शकणाऱ्या सात्त्विक पदार्थांची व सूप्सची यादी आहे. शिवाय तिथे ताज्या भाज्यांना हवाबंद डब्यांत कसे टिकवावे हेही शिकवले जाते. आपण आपले स्वयंपाकातले कौशल्य वाढवण्यासाठी या योजनेत सामील होऊ शकतो आणि या कामात आपले योगदानही देऊ शकतो. आपल्याला तिथे चांगल्या प्रकारे अन्न शिजवणारे स्वयंपाकी पाहायला मिळतील, शिवाय आरोग्य रक्षणासाठी कोणते पोषक अन्न खावे व शिजवावे याबाबत इतर लोकांनाही शिकवता येईल... हे म्हणजे असाधारण ध्येयाकडे खऱ्याखुऱ्या रीतीने वाटचाल करण्यासारखेच आहे. होय ना डॅड?''

ॲलेक्सच्या आईने म्हटले, ''या वेळी मात्र मीसुद्धा येणार हं. मला पण तिथे येऊन मदत करायला आवडेल. आपण तिघेही या योजनेत सहभागी झालो तर?''

रॅशेलने म्हटले, ''मी माझ्या मैत्रिणीला फोन करते आणि तिचे वडील आणि ती या दोघांना आपल्यासाठी तिथे थांबायला सांगते. आपण आज रात्री तिथे गेलो, तर चालेल का?''

त्या दोघींची काहीतरी खलबते सुरू असल्याचे ॲलेक्सला दिसले. एक मंद स्मित करत त्याने म्हटले, ''मला हे आवडले आहे... आणि आज मी घरीच काम करत राहीन. डॅनने मला आजच्या बोर्ड मीटिंगमध्ये मी हजर राहिलो नाही तरी चालेल असे सांगितले आहे.'' वरकरणी ॲलेक्सने असे म्हटले, तरी त्याच्या मुडपलेल्या ओठांवरून असे दिसत होते की, त्याला कसलातरी त्रास होतो आहे; पण तो ते लपवायचा प्रयत्न करतो आहे.

तिकडे संचालक मंडळाच्या बोर्ड मीटिंगमध्ये, कंपनीचा मुख्य कार्यकारी अधिकारी होण्यासाठी ॲलेक्स शारीरिकरीत्या पात्र आहे किंवा नाही, हे ठरवण्याची चर्चा सुरू होती. संचालक मंडळाने क्विन व केविनला सल्लागार म्हणून चर्चेला

बोलावले होते. ॲलेक्सला पाठिंबा देण्याबाबत संचालक मंडळामध्ये दुमत होते आहे, हे क्विनला कळून चुकले. नक्की काय होईल हे अजूनही स्पष्ट होत नव्हते. एका लांब व मोठ्या टेबलाच्या बाजूला मध्यभागी असलेल्या खुर्चीवर डॅन मायर्स स्थानापन्न झाला होता. टेबलाजवळ असलेली मुख्य व्यक्तीसाठीची खुर्ची नेहमीच मोकळी ठेवली जात असे.

सर्वांत आधी क्विनने बोलायला सुरुवात केली आणि म्हटले, "ॲलेक्स बदलला आहे आणि परिपक्वही झाला आहे. मि. रूस बेकले यांनी सुरू केलेल्या कामाची धुरा तो आपल्या खांद्यावर सांभाळतो आहे."

मग केविनने म्हटले, "ॲलेक्सने आपल्याला पुढच्या स्तरावर नेऊन ठेवले आहे. तो आपल्यातलाच एक आहे, पण आपल्या सर्वांमध्ये त्याचा नंबर पहिला येईल. तो आपल्या टीमचा कर्णधार आहे, असे आपण म्हणू शकतो." आपला मुद्दा सर्वांनी लक्ष देऊन ऐकावा म्हणून केविनने आपल्या बोटातल्या अंगठीने टेबलावर टकटक असा आवाज केला. ही अंगठी त्याला त्याच्या कामगिरीसाठी राष्ट्रीय फुटबॉल मंडळाकडून देण्यात आली होती.

संचालक मंडळीपैकी एकजण म्हणजे मि. सेलिया लेव यांनी म्हटले, "एमबीए शिकताना ॲलेक्स आणि मी एकाच वर्गात होतो. ॲलेक्स तेव्हा वर्गात नेहमी पहिल्या क्रमांकावर असे, पण मिळणाऱ्या यशाचा उपयोग तो नेहमी स्वतःची लोकप्रियता वाढवण्यासाठी करत असे. आता तो कितपत बदलू शकला आहे?"

क्विनने आत्मीयतेने म्हटले, "तो खरोखरच बदलला आहे."

डॅनने पुढे झुकत म्हटले, "ॲलेक्स अपघातातून बरा होऊन घरी गेला याबद्दल आपल्या सर्वांना खूप आनंद झाला आहे. पण रूस बेकले आज आपल्यामध्ये असते व ॲलेक्सच्या बढतीमुळे कंपनीला नुकसान होईल असे त्यांना दिसले असते, तर त्यांनीही ॲलेक्सला बढती दिली नसती. अर्थात मीही तसेच करेन. आमच्यावर कंपनीचे व्यवस्थापन करण्याची खूप मोठी जबाबदारी आहे व ते लक्षात घेऊन मी असे सुचवतो की..."

☆

तळमजल्यावरच्या शांत छोट्याशा खोलीत सहा महिने घालवल्यानंतर ॲलेक्स पुन्हा आपल्या कुटुंबीयांच्या खोलीत झोपू लागला आणि आपल्या आत्तापर्यंतच्या जीवनप्रवासाबद्दल विचार करू लागला. आता आपण सर्व घटनांकडे वेगळ्या नजरेने पाहतो, असे त्याच्या लक्षात आले! आत्तापर्यंत हताश आणि चिंतातूर होऊन, काम पूर्ण करणारा, आपल्या कामगिरीचे प्रदर्शन करणारा आणि यश मिळवणारा ॲलेक्स आता उत्साहाने नावीन्यपूर्ण उपक्रम आणि महत्त्वांच्या शोधप्रक्रियांद्वारा कंपनीला पुढे

नेण्यासाठी अधीर झाला होता. नव्याने घडणाऱ्या बेकले समूहाचा एक भाग होण्याचा त्याला ध्यास लागला होता आणि बेकलेच्या भविष्यातील यशाची कहाणी लिहिताना आपलाही त्यात सहभाग असावा, असे त्याला तीव्रतेने वाटत होते. ॲलेक्सने आपल्या वडिलांच्या तसबिरीकडे पाहिले. आपल्याला वडिलांमधले दोष दिसत होते, पण त्यांनी खरोखरच उदात्त हेतूने काम केले आणि उत्कृष्ट कामगिरी केली होती, हे त्याला एव्हाना कळून चुकले होते. त्याने वडिलांच्या तसबिरीकडे पाहून म्हटले, ''डॅड, तुम्ही माझ्याबद्दल काय म्हणू शकाल? मी चांगली कामगिरी करतो आहे का? माझ्या हातून सत्कार्य घडते आहे का?''

मग ॲलेक्सचे मन एकदम शांत झाले. व्यवस्थापनाचा त्याच्याबद्दलचा कोणताही निर्णय तो शांतपणाने आणि समाधानाने स्वीकारणार होता. आपल्या संगणकाच्या पडद्यावर त्याने बेकले मेडिकलचे पाच चांदण्यांचे बोधचिन्ह परत न्याहाळायला सुरुवात केली. असाधारण ध्येय साध्य करण्यासाठी आवश्यक त्या पाच आचरण पद्धती दाखवणारे हे चांदणी चिन्ह, बेकले मेडिकलचे प्रतिनिधित्व करणारे चिन्ह म्हणून सर्वदूर परिचित होते.

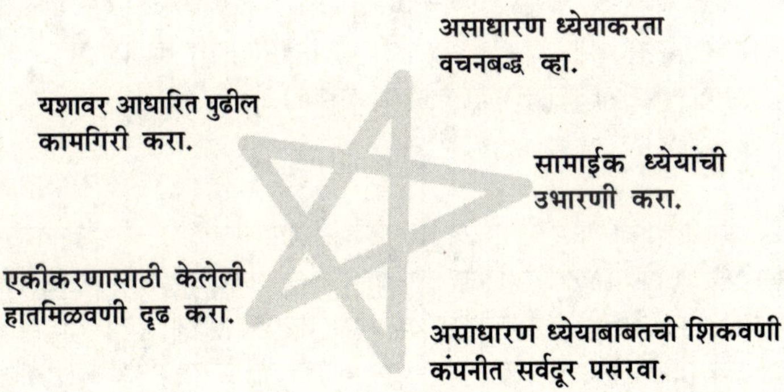


जर ॲलेक्सला बेकले मेडिकलचे नेतृत्व करायला सांगितले असते, तर तोसुद्धा असाधारण ध्येयाला आपला ध्रुवतारा बनवणार होता. त्याला एक वेगळ्या प्रकारचा असाधारण नेता म्हणून काम करायचे होते. लोकांना मदत करणारा नेता! कंपनीच्या मुख्य कार्यकारी अधिकाऱ्याचे पद त्याला निश्चितच हवे होते, पण तो खरोखरच त्या पदाला लायक होता का...?

तेवढ्यात फोन वाजला. ॲलेक्सने फोन उचलला तेव्हा पलीकडून त्याला त्याच्या ओळखीचा स्कॉटिश हेल ऐकू आला. पलीकडून क्विन बोलत होता. ''उद्या

तुला थोडा वेळ आहे का? आपण उद्या जरा बाहेर फिरायला जाऊ या का?'' त्याने भावुक होऊन म्हटले. त्याच्या स्वरावरून तो खूप दमलेला असावा, असे ॲलेक्सला वाटले. तो नेहमीसारखा क्विन वाटत नव्हता एवढे मात्र निश्चित!

''तुझ्याबरोबर मी नेहमीच बाहेर यायला तयार असतो,'' ॲलेक्सने गोंधळून जाऊन म्हटले. ''पण तुझ्या मनात नक्की काय आहे?''

''मला परत एकदा आपल्या कार्यशाळेच्या ठिकाणी जायचे आहे. ते माझ्यासाठी फार महत्त्वाचे आहे.''

''मग जाऊ या की – पण या वेळी मात्र मी गाडी चालवेन आणि तुला घ्यायला येईन.''

त्या रात्री खूप जोराचे वादळ आले. दुसऱ्या दिवशी सकाळीही हवा कुंद होती आणि गारवा कायम होता. आपल्या वेताच्या काठीचा आधार घेत ॲलेक्स किंचित वाकला आणि गाडीत जाऊन बसला. गॅरेजमधून गाडी बाहेर काढण्याआधी क्षणभर तो गाडीत स्तब्ध बसला. या पूर्वीही अपघाताच्या सकाळीसुद्धा तो क्षणभर असाच स्तब्ध असल्याचे त्याला आठवले. आजचा दिवस माझ्या आयुष्यातला एक मोठा महत्त्वाचा दिवस आहे. संचालक मंडळाकडून आलेला निर्णय मला ऐकायला मिळणार आहे. बाहेरच्या वादळाप्रमाणेच ॲलेक्सच्या मनातही उलटसुलट विचारांचे वादळ थैमान घालत होते... पण अजूनही त्या निर्णयाबाबत काहीही ऐकू आले नव्हते. अगदी पुसटशी चाहूलसुद्धा लागली नव्हती.

ॲलेक्सने त्याची गाडी क्विनच्या घरापुढे थांबवली. गाडीत शिरून ॲलेक्सच्या बाजूच्या सीटवर क्विन हळुवारपणे बसला. शहरातल्या उंच, चढणीच्या रस्त्यांवरून ॲलेक्सची ला क्रॉसची मोटार सहज व सफाईदारपणे पळत होती. ते बिगले बोलेवार्डच्या दिशेने वळले, तेव्हा ॲलेक्सने त्याचा श्वास रोखून धरला, कारण क्विनच्या घरापासून कार्यशाळेच्या गोदामाच्या ठिकाणी जाताना अचानक तो त्या जागेवर पोहोचला, जिथे त्याला भयानक अपघात झाला होता.

सिग्नलपाशी थांबवल्यावर ॲलेक्सने आपली गाडी घसरून जिथे आदळून थांबली होती, त्या जागेचे निरीक्षण केले. अर्थातच तिथे अपघाताच्या वेळचे काही एक शिल्लक नव्हते... ना फुटलेल्या काचा ना वेगनियंत्रकावरच्या काळ्या रेषा...!

''हीच ती जागा!'' त्याने सौम्य स्वरात म्हटले.

क्विनने त्याच्याकडे प्रश्नार्थक नजरेने पाहिले...

''इथूनच मला 'दुसरी संधी' मिळायला सुरुवात झाली.''

''तुझा अपघात इथे झाला?'' क्विनने विचारले.

"हो अगदी इथेच. माझ्या आयुष्यात खऱ्या अर्थाने उलथापालथ झाली, ती याच जागेवर! त्यानंतर मी खऱ्या अर्थाने घरी परतलो, असे म्हणायला हरकत नाही."

सिग्नलचे दिवे हिरवे झाले आणि ॲलेक्सने ब्रेकवरचा पाय काढून गाडी हळूच सुरू केली. त्याच्या मागच्या गाडीने हॉर्न वाजवला.

ॲलेक्सने पुन्हा बोलायला सुरुवात केली. तो म्हणाला, "क्विन, त्या क्षणी मी देवाची प्रार्थना करत होतो, त्याला विनवत होतो; पण माझ्यात आणि परमेश्वरात नेहमीसारखा संवाद घडत नव्हता."

क्विनने म्हटले, "मी तुला असे सुचवतो की, तू ते संभाषण परत आठवण्याचा प्रयत्न कर आणि आठवले की, ते मनाच्या कुपीत जतन करून ठेव."

ईस्ट लिबर्टी येथील त्यांच्या कार्यशाळेच्या गोदामाजवळ पोहोचल्यावर क्विन गोदामाचे दार उघडण्यासाठी उतरला. ॲलेक्सने मात्र थोडावेळ तिथल्या खडकाळ रस्त्यावर फेरफटका मारला. मग त्या गडद रंगाच्या इमारतीसमोर उभा राहून ॲलेक्स तिथे काय-काय घडले होते, ते आठवू लागला. असाधारण ध्येयासाठी वचनबद्ध होऊन त्यासाठी हातमिळवणी करण्याबद्दलच्या स्मृती त्याच्या मनात जागृत झाल्या. त्या दिवशी त्याने एका 'दात्या'ची भूमिका केली होती हे आठवून त्याला समाधान वाटले.

इमारतीच्या बाहेर उभा असताना, आतल्या काँक्रिटच्या जमिनीवर होणारा क्विनच्या बुटांचा ठकठक आवाज त्याला ऐकू आला. पण आत सर्वत्र अंधार होता. क्विनने दिवे का लावले नसावेत असा विचार त्याच्या मनात आला. क्षणभराने 'क्लिक' असा आवाज झाला आणि हळुवारपणे दिवे लागले. पाहतो तो काय! तीनशेहून अधिक लोक त्याच्यासमोर उभे होते. इतक्यात केविन जॉर्डन एकटाच पुढे आला आणि त्याने टाळ्या वाजवायला सुरुवात केली. ॲलेक्स अवाक् होऊन नुसता पाहतच राहिला. त्यांच्यामध्ये वरिष्ठ टीम आणि संचालक मंडळसुद्धा सामील होते.

तितक्यात बेकलेमधील सर्व जण पुढे आले आणि त्यांनी टाळ्यांच्या कडकडाटात ॲलेक्सचे स्वागत केले. त्या गर्दीमध्ये ॲलेक्सला जॉन जे. विल्यमसुद्धा दिसला. त्याने प्रयोगशाळेचा कोट अंगावर चढवला होता आणि त्यावर 'संशोधन मदतनीस' नावाचा बिल्ला लावलेला होता. इतक्यात त्या गर्दीत त्याला त्याची आई आनंदाने स्मितहास्य करताना दिसली. गर्दीतून वाट काढत येत रॅशेलही त्यात सामील झाली. त्याने तिला प्रेमाने वर उचलले आणि छातीशी कवटाळले. त्या जमलेल्या गर्दीच्या डोक्यावर एक मोठा कापडी फलक लटकवलेला होता, त्यावर लिहिलेले होते –

'आपल्या घरी तुझे स्वागत! ॲलेक्स, तू कंपनीचा नवीन मुख्य कार्यकारी अधिकारी आहेस.'

ॲलेक्स अवाक् होऊन त्या फलकाकडे पाहत राहिला. आपण त्या सर्वांमधले एक असूनही आपल्यावर प्रेमाचा वर्षाव होतो आहे, असे ॲलेक्सला वाटले. इथे जमलेले सर्वजण आपले कुटुंबीय आहेत, अशी भावना त्याच्या मनात निर्माण झाली. क्विन त्याच्याजवळ गेला आणि त्याच्या कानांत कुजबुजत म्हणाला, ‘‘ॲलेक्स, तुझे वडील आज असते, तर त्यांना तुझा किती अभिमान वाटला असता!’’ त्याने वडिलांच्या मायेने ॲलेक्सच्या खांद्यावर हात ठेवला आणि म्हटले, ‘‘शाबास! उत्कृष्ट काम केलेस...’’

**एक पर्व संपले होते आणि एका नव्या युगाची सुरुवात झाली होती.**

◆

## असाधारण ध्येय व त्या ध्येयाची सामाईक पूर्ती करण्यासाठीच्या पाच आचरण पद्धती

**आचरण पद्धत १ : असाधारण ध्येयासाठी वचनबद्ध व्हा.**

- तुमचे असाधारण ध्येय तुमच्यासाठी नसते.
- या असाधारण ध्येयपूर्ती करण्यासाठी लागणारी शक्ती असाधारण ध्येयासाठी केलेल्या हातमिळवणीतून येते.

**आचरण पद्धत क्र. २ : सामाईक ध्येयांची बांधणी करा.**

- सामाईक ध्येयांमुळे खऱ्या सांघिक कामाला (टीमवर्कला) सुरुवात होते.
- सामाईक नेतृत्वामुळे सामाईक ध्येयांची पूर्तता करणे शक्य होते.

**आचरण पद्धत क्र. ३ : असाधारण ध्येयाबाबतची शिकवण सर्वदूर पसरवा.**

- महत्त्वाचे शोधकार्य किंवा विकासाबाबत महत्त्वाचा बदल करण्याचे ध्येय ठेवा.
- दोन विभागांमध्ये असलेली दरी मिटवा व अडथळ्यांना मोडून पुढे जा.
- आपली बलस्थाने, मालमत्ता आणि यशस्वी गोष्टींचा आधार घ्या.
- शिकणाऱ्या टीम्स तयार करा आणि त्यांचे वैचारिक साथीदार व्हा.

**आचरण पद्धत क्र. ४ : हातमिळवणी दृढ करण्यासाठीचे घटक.**

- आपल्याला जे खरोखरच अतिशय अनमोल आहे असे वाटते, त्यासाठी संपूर्णपणे समर्पित वृत्तीने काम करा.
- अदृश्य स्वरूपातले बळ एकीकरणाला विरोध करण्याचा प्रयत्न करत असते. अशा शक्ती हुडकून काढून त्यांना निष्प्रभ करा.

**आचरण पद्धत क्र. ५ : यशावर आधारित पुढील कामगिरी करा.**

- कार्यान्वित केलेली कुठली योजना, उपक्रम किंवा काम यशस्वी होते ते पाहा आणि त्यावर भर द्या.
- असाधारण ध्येय साध्य करण्याबाबतच्या नावीन्यपूर्ण गोष्टी घडवून आणण्याच्या संस्कृतीचे जतन करा.

# थर्ड रिव्हरच्या भागीदारांबरोबर अनुभवलेले साहस

**सामाईक ध्येयपूर्तीचा अनुभव –**
**असाधारण ध्येय निर्मितीसाठीची कार्यशाळा :**

या कार्यशाळेचा दीड दिवसाचा अनुभव कायम लक्षात राहण्याइतका विलक्षण असतो. या काळात टीम्सना संकल्पना, साधने व सृजनशील पद्धतींचा उपयोग करून ध्येयपूर्तीसाठी कृतियोजना अमलात आणण्यासाठी सक्षम कसे व्हावे हे सखोलपणे शिकवले जाते. याचे फलित तुम्हाला खालील गोष्टींद्वारे दिसून येते :

- असाधारण ध्येयपूर्तीसाठी व्यक्ती व टीम्सची हातमिळवणी करणे.
- कृतियोजना अमलात आणण्यासाठी व बदलाचे व्यवस्थापन करण्यासाठीची कौशल्ये विकसित करणे.
- महत्त्वाच्या व नावीन्यपूर्ण शोधप्रक्रियांवर आधारित यशाची उभारणी करणे.
- या कार्यात प्रत्येकाला सामील करून घेऊन त्यांचा सृजनशील सहभाग मिळवणे.
- महत्त्वाच्या भागधारकांबरोबर चांगले संबंध प्रस्थापित करणे.

नेतेमंडळी व त्यांच्या टीम्स सामाईक ध्येयपूर्ती अनुभव कार्यशाळेत दाखल झाल्यावर त्यांना अशा वातावरणांत नेले जाते की, जिथे परस्पर विचारांच्या देवाण-घेवाणीतून, महत्त्वाच्या कृतियोजना अमलात आणण्यासाठी जरुरी क्षमतांच्या विकासाला कसून चालना दिली जाते. संस्थेचा प्रभावीपणा वाढण्यासाठी तुम्ही खालील गोष्टी शिकाल :

- कोणत्या गोष्टींमुळे सर्वांत जास्त फरक पडू शकतो ते स्पष्ट करणे आणि टीम्सचे महत्त्वाचे डावपेच (कृतियोजना) स्पष्ट करणे.

- जबाबदाऱ्या स्पष्टपणे व्यक्त करणे आणि विशिष्ट कृतियोजनांबाबत नव्याने माहिती देणे.
- प्रगती, नव्या संधी व यशाबाबतचे योगदान लक्षात घेणे.

कुठल्याही संस्थेला यश मिळवायचे असेल तर त्यासाठी असाधारण ध्येय पूर्ण करण्यासाठीच्या प्रयत्नांमध्ये सुसूत्रता आणणे जरुरी असते. अनेकविध टीम्सच्या आणि व्यक्तींच्या महत्त्वाच्या कृतियोजनांबाबतची देवाण-घेवाण होईल व त्यांची प्रभावीपणे हातमिळवणी होईल, अशा रीतीने हे ध्येय साध्य करण्यासाठी आम्ही तुम्हाला मदत करू.

'सामाईक ध्येयपूर्ती' म्हणजे कृतियोजना अमलात आणण्यासाठीची चौकट आहे, जिच्यामुळे कृतियोजनांचे रूपांतरण, संस्थेच्या प्रत्येक पातळीवर, महत्त्वाच्या शोध प्रकियांमध्ये केले जाते. या चौकटींमध्ये :

- असाधारण ध्येय साध्य करण्यासाठीच्या कृतियोजना निर्माण केल्या जातात.
- स्पष्ट व सुसंगत कृतियोजना निर्माण केल्या जातात ज्यांच्यामुळे ध्येय, रणनीती आणि नानाविध डावपेच इ.चा एकत्रित वापर केला जातो.
- महत्त्वाच्या शोधप्रकिया संधींसाठी सर्वोत्तम गुणवत्ता कामी आणली जाते.
- ज्या व्यक्ती व टीम्सच्या ध्येय व बलस्थानांचे एकीकरण संस्थेच्या ध्येय व बलस्थानांबरोबर झालेले असते, अशा व्यक्ती किंवा टीम्सना संस्थेच्या ध्येयपूर्तीसाठी वचनबद्ध केले जाते.
- सर्व भागधारकांसाठी अधिकृत प्रकारचे व बहुमूल्य अशा सेवा देणाऱ्या वातावरणाची निर्मिती केली जाते.

अशा प्रकारे हातमिळवणी केलेल्या संस्थेची कामगिरी नेहमीच इतर हातमिळवणी न केलेल्या संस्थांपेक्षा सरस असते.

'महत्त्वाच्या कल्पना, कृतियोजना आणि व्यवहारांत वापरता येतील अशा कृतींच्या साहाय्याने केन जेनिंग्ज तुमच्या टीमला एक वेगळेच आव्हान देईल. या अनोख्या आणि आनंददायी अनुभवासाठी तयार राहा.' – विल्यम स्टर्लिंग, अध्यक्ष आणि मुख्य कार्यकारी अधिकारी-ट्रिलॉजी ग्लोबल ॲडव्हायझर्स.

## मदत करणारे नेतृत्व म्हणून शिक्कामोर्तब होण्यासाठी : सामाईकरीत्या नेतृत्व करण्याची पद्धत

मदत करणाऱ्या नेतृत्वाबाबत दाखला देण्याच्या पद्धतीमुळे संस्थांच्या अंतर्गत क्षमतांमध्ये वाढ होते, त्याचप्रमाणे तुमच्या संस्थेमध्येही तशा प्रकारची नेतृत्व पद्धत सुरू करण्यास साहाय्य मिळते व यासाठी संपूर्ण व्यवस्थेमध्ये बदल आणणाऱ्या सर्वसमावेशक मार्गाचा अवलंब केला जातो. हा मार्ग संशोधन व सिद्ध झालेल्या उत्तम पद्धतींवर अवलंबून असतो. या पद्धती खालील प्रकारच्या असतात :

- सर्जनशील संवादशैलीतून सामाईक नेतृत्वाची प्रक्रिया सुलभ करणे.
- वचनबद्ध व्यवस्थापनाद्वारे प्रयत्नांमध्ये सुसूत्रता आणणे व जबाबदारी घेण्याची ताकद वाढवणे.
- कामगिरी नंतरच्या परीक्षणाद्वारे सतत सुधारणा करणे व व्यवहारांत उपयोग करता येण्यासारख्या नावीन्यपूर्ण कल्पना सुचवणे.
- अतिशय उत्कृष्ट पद्धतीने शिकवण्यास व्यक्तींना सक्षम करणे.
- अपेक्षित परिणाम व वास्तवातली निष्पत्ती यातील दरी मिटवण्यासाठी कर्मचाऱ्यांना मदत करून महत्त्वाच्या शोधप्रकिया सुरू करण्यास हातभार लावणे.

मदत करणारे नेतृत्व म्हणून शिक्कामोर्तब होण्याच्या प्रक्रियेचे लक्ष, या पद्धतीसाठीच्या साहाय्यक संचावर केंद्रित असते – ज्यामध्ये एकात्मक विकासाच्या मार्गाने, अंतर्गत प्रशिक्षक, कामगिरी सुलभ रीतीने पार पाडणारे साहाय्यक व व्यवसायातील भागीदार इ. मंडळी, ग्राहकांच्या गरजा लक्षात घेऊन त्याप्रमाणे उत्पादन किंवा अन्य प्रक्रियांसाठी जरुरी हस्तक्षेप करतात व कंपनीतील टीम्स, नेतेमंडळी इत्यादींना मदत करून कंपनीच्या विकासाला हातभार लावतात.

एखादी कृती, शिकण्याच्या प्रक्रियेतून नेतृत्वाचे प्रमाणपत्रीकरण केले जाते व व्यक्ती व समुदाय या दोहोंना ही रीत प्रत्यक्षपणे लागू पडेल हे पाहिले जाते व त्यामुळे सहभागी होणाऱ्या व्यक्तींना ही शिकवणी इतरांपर्यंत पोहोचवण्यास व एकात्मक रीतीने काम करण्यास शक्य होते. प्रमाणपत्रीकरण करण्याच्या पद्धतीमध्ये तज्ज्ञांची प्रतिक्रिया, निरीक्षणे, हस्तक्षेपाबाबतची शिकवणी इ.चा समावेश असतो.

**असाधारण ध्येयाबाबतची शिकवणी : सामाईक ध्येयपूर्तीकरता असलेली एक आगळीवेगळी व सामर्थ्यशाली शाखा**

प्रत्येक संवादाच्या/चर्चेच्या देवाणघेवाणीने संस्थेच्या कामगिरीवर सकारात्मक प्रभाव होताना दिसतो. थर्ड रिव्हरच्या भागीदारांची असाधारण ध्येयाबाबतची शिकवणी, तुमच्या नेतेमंडळींना इतरांना प्रशिक्षण देण्यासाठी व सहयोग देण्यासाठी तयार करते व तुमच्या संस्थेचे असाधारण ध्येय साध्य करण्यास मदत करते.

ज्या ज्या लोकांनी असाधारण ध्येयाबाबतच्या शिकवणीचा अनुभव घेतला आहे, त्या सर्वांना :

- महत्त्वाच्या शोधप्रक्रियांचा उपयोग स्वत:च्या फायद्यासाठी करून घेता येईल. महत्त्वाच्या भागधारकांबरोबर चांगल्या रीतीने संबंध प्रस्थापित करता येतील व येणाऱ्या अडथळ्यांना न घाबरता पुढे जाता येईल.
- संस्थेची महत्त्वाची मालमत्ता व यशावर भर देऊन आपल्या सदस्यांची ताकद पणाला लावतील अशा सामर्थ्यशाली टीम्स तयार करता येतील.
- वेगवान रीतीने बदल घडवणाऱ्या टीम्सची उभारणी करता येईल, ज्या यश किंवा अपयशांच्या कारणांचा खोलवर जाऊन शोध घेतील, महत्त्वाच्या प्रकारे जुळवून घेतील आणि स्पर्धकांपेक्षा पुढे जाण्यासाठी सतत नावीन्यपूर्ण कल्पना शोधून काढतील.

# गेटिंग थिंग्ज डन

कार्यतत्परतेची गुरुकिल्ली

लेखक

**डेव्हिड ॲलन**

---

अनुवाद

**प्रशांत तळणीकर**

संपर्क आणि जबाबदाऱ्या वाढलेल्या आजच्या जगात आपल्यासमोरील परिस्थितीवर नियंत्रण मिळवण्यासाठी गतकालातील जुन्या सवयींचा फायदा होत नाही.

मग अशा वेळी काय करावे, कार्यतत्परता कशी साधावी आणि उत्पादकता व सर्जनशीलता कशी वाढवावी यांसाठी या पुस्तकात विविध क्लृप्त्या दिल्या आहेत. यातली सर्वांत कळीची आणि आजच्या काळातली अत्यावश्यक गोष्ट म्हणजे तणावमुक्ती!

या पुस्तकातले गृहीतक अगदी साधे आहे – उत्पादकता आणि ताणापासून मुक्त राहण्याची क्षमता, यांच्यामध्ये थेट संबंध असतो. आपले मन मोकळे असेल आणि विचार सुसंघटित असतील, तरच आपण तणावमुक्त उत्पादकता साध्य करू शकतो आणि आपल्या सर्जनशील क्षमतांना वाट मोकळी करून देऊ शकतो.

या पुस्तकातल्या साध्यासोप्या पद्धती वापरून पाहा, आणि कार्यस्थळी; तसेच वैयक्तिक जीवनातही नीटनेटकेपणा आणा; कार्यक्षमता आणि सर्जनशीलता वाढवा!